MÓN XA LÁT NƯỚNG ĐẸP NHẤT

Khám phá nghệ thuật nướng rau xanh với 100 công thức sáng tạo

Tố Võ

MỤC LỤC

GIỚI THIỆU

Trong thế giới ẩm thực, nghệ thuật nướng từ lâu đã được tôn sùng nhờ khả năng làm cho món ăn thấm đẫm hương vị đậm đà, ám khói mà không có phương pháp nấu nướng nào sánh bằng. Theo truyền thống, kỹ thuật này chỉ được áp dụng cho thịt, gia cầm và hải sản, trong khi rau thường chỉ đóng vai trò hỗ trợ. Tuy nhiên, bối cảnh ẩm thực không ngừng phát triển và cùng với đó là một cách tiếp cận sáng tạo để nướng, đặt rau xanh và rau củ lên hàng đầu. "Món Xa lát nướng đỉnh cao: Khám phá nghệ thuật nướng rau xanh với 100 công thức nấu ăn sáng tạo" là minh chứng cho sự phát triển này, đưa ra hướng dẫn toàn diện để biến món xa lát thông thường thành những sáng tạo ẩm thực đặc biệt thông qua sự kỳ diệu của món nướng.

Cuốn sách này không chỉ là một bộ sưu tập các công thức nấu ăn; đó là một cuộc hành trình vào trung tâm của món nướng, khám phá vô số cách mà chỉ cần nấu đơn giản trên ngọn lửa trần có thể nâng món xa lát khiêm tốn lên một tầm cao mới. Từ vị cháy xém, giòn của romaine nướng cho đến vị ngọt ngào như khói của ngô cháy và ớt chuông, " Món Xa Lát Nướng Đẹp Nhất" mời bạn hình dung lại món xa lát có thể là gì. Nó thách thức quan niệm thông thường rằng xa lát chỉ là món khai vị hoặc món ăn phụ, thay vào đó trình bày chúng như những món chính xứng đáng có thể làm hài lòng ngay cả những khẩu vị khó tính nhất.

Cốt lõi của việc khám phá ẩm thực này là cam kết về độ tươi, hương vị và sự đổi mới. Mỗi công thức trong cuốn sách đều được chế tạo cẩn thận để thể hiện vẻ đẹp tự nhiên và hương vị của nguyên liệu, được tăng cường bởi hương vị độc đáo mà chỉ nướng mới có thể cung cấp. Cho dù bạn là một bậc thầy nướng dày dạn kinh nghiệm hay một người mới ham học hỏi, cuốn sách này sẽ mang lại điều gì đó cho tất cả mọi người. Nó cung cấp hướng dẫn chi tiết về kỹ thuật nướng, từ việc chọn loại vỉ nướng phù hợp đến cách làm chủ loại than hoàn hảo, đảm bảo rằng người đọc có thể tự tin xử lý bất kỳ công thức nấu ăn nào trong các trang của nó.

Hơn nữa, "Món Xa Lát Nướng Đẹp Nhất" là sự tôn vinh sự đa dạng, bao gồm các công thức nấu ăn lấy cảm hứng từ nhiều nền ẩm thực và văn hóa. Quan điểm toàn cầu này không chỉ làm phong phú thêm kho tàng ẩm thực của cuốn sách mà còn phản ánh sức hấp dẫn phổ biến của món nướng. Thông qua các trang của cuốn sách, độc giả sẽ bắt đầu chuyến tham quan ẩm thực trải dài khắp các châu lục, nếm thử các món xa lát nướng kết hợp hương vị từ Địa Trung Hải, Châu Á, Châu Mỹ và hơn thế nữa. Bộ sưu tập chiết trung này nhấn mạnh tính linh hoạt của rau xanh nướng, chứng minh rằng chúng có thể là bức vẽ cho vô số mùi vị và kết cấu.

XA LÁT RAU NƯỚNG

1.Xa lát vườn nướng

THÀNH PHẦN:

- 2 quả cà chua vừa phải , bỏ hạt và thái hạt lựu
- 1 Zucchini vừa phải , thái hạt lựu
- 1 cốc ngô nguyên hạt đông lạnh, rã đông
- 1 quả bơ chín nhỏ, gọt vỏ, bỏ hạt và thái hạt lựu
- ⅓ cốc Hành lá thái mỏng có ngọn
- ⅓ cốc Sốt Pace Picante
- 2 thìa dầu thực vật
- 2 muỗng canh rau mùi tươi hoặc rau mùi tây thái hạt lựu
- 1 thìa nước cốt chanh hoặc chanh
- ¾ thìa cà phê muối tỏi
- ¼ thìa cà phê thì là xay

HƯỚNG DẪN:

a) Trộn cà chua, bí xanh, ngô, bơ và hành lá trong đĩa lớn. Trộn các thành phần còn lại; trộn đều. Đổ hỗn hợp rau lên; trộn nhẹ nhàng. Làm lạnh 3-4 giờ, thỉnh thoảng khuấy nhẹ.

b) Khuấy nhẹ và dùng lạnh hoặc ở nhiệt độ phòng với thêm Nước sốt Pace Picante.

2.Xa lát nấm hương nướng than

THÀNH PHẦN:

- 8 ounce nấm hương
- 1 muỗng canh dầu ô liu
- 1 muỗng canh Tamari
- 1 muỗng canh tỏi, nghiền nát
- 1 muỗng cà phê hương thảo, băm nhỏ
- Muối và hạt tiêu đen
- 1 muỗng cà phê si-rô phong
- 1 muỗng cà phê dầu mè
- đậu nành

HƯỚNG DẪN:

a) Rửa sạch nấm. Lấy ra và loại bỏ thân cây. Trộn nấm với các nguyên liệu còn lại và ướp trong 5 phút. Nướng nắp trên than cho đến khi cháy nhẹ.

b) Trang trí với Edamame.

3.Cơm Lứt & Rau Nướng

THÀNH PHẦN:

- 1½ chén gạo lứt
- 4 quả bí xanh, cắt đôi theo chiều dọc
- 1 củ hành đỏ lớn, cắt chéo thành 3 múi dày
- ¼ chén dầu ô liu, cộng thêm...
- ⅓ cốc dầu ô liu
- 5 thìa nước tương
- 3 muỗng canh sốt Worcestershire
- 1½ cốc dăm gỗ Mesquite ngâm trong nước lạnh trong 1 giờ (tùy chọn)
- 2 chén hạt ngô tươi
- ⅔ cốc nước cam tươi
- 1 thìa nước cốt chanh tươi
- ½ chén rau mùi tây Ý thái hạt lựu

HƯỚNG DẪN:

a) Nấu cơm trong nồi lớn với nước sôi có muối cho đến khi mềm, khoảng 30 phút

b) Thoát nước tốt. Để nguội đến nhiệt độ phòng.

c) Trộn ¼ cốc dầu, 2 thìa nước tương và 2 thìa sốt Worcestershire; đổ các múi bí xanh và hành tây vào một cái đĩa nông. Để ướp trong 30 phút, đảo rau một lần trong thời gian này.

d) sẵn (nhiệt độ vừa phải - cao). Khi than chuyển sang màu trắng, vớt mesquite chip (nếu dùng) rồi rải lên than. Khi khoai tây chiên bắt đầu bốc khói, đặt hành tây và bí xanh lên vỉ nướng, nêm muối và tiêu.

e) Đậy nắp và nấu cho đến khi mềm và có màu nâu (khoảng 8 phút), thỉnh thoảng xoay và quét bằng nước muối. Lấy rau ra khỏi vỉ nướng.

f) Cắt các đoạn hành tây thành từng phần tư và bí xanh thành từng miếng 1 inch. Đặt vào đĩa chia phần với cơm và ngô đã nguội.

g) Trộn đều nước cam, nước cốt chanh, ⅓ cốc dầu, 3 thìa nước tương và 1 thìa sốt Worcestershire. Đổ 1 cốc nước sốt lên xa lát và trộn đều. Khuấy mùi tây và nêm muối và hạt tiêu.

h) Phục vụ xa lát với nước sốt bổ sung ở bên cạnh.

4.Xa lát bơ và cơm Wehani

THÀNH PHẦN:

- 1 chén cơm Wehani
- 3 quả cà chua mận chín; bỏ hạt và thái hạt lựu
- ¼ chén hành đỏ thái hạt lựu
- 1 quả ớt Jalapeno nhỏ; bỏ hạt và thái hạt lựu
- ¼ chén rau mùi thái hạt lựu
- ¼ chén dầu ô liu nguyên chất
- 1 thìa nước cốt chanh
- ⅛ muỗng cà phê Hạt cần tây
- Muối và tiêu; nếm thử
- 1 quả bơ chín
- Rau xanh hỗn hợp cho bé

HƯỚNG DẪN:

a) Nấu cơm Wehani theo hướng dẫn trên bao bì
b) Trải trên tấm nướng để nguội.
c) Trong đĩa lớn, trộn cơm với cà chua, hành tím, ớt jalapeno và ngò. Thêm dầu ô liu nguyên chất, nước cốt chanh và hạt cần tây. Nêm với muối và hạt tiêu
d) Để phục vụ, gọt vỏ và cắt múi bơ. Sắp xếp các phân đoạn trên hỗn hợp rau xanh.
e) Múc xa lát cơm Wehani lên bơ. Trang trí với rau nướng, nếu muốn.

5.Rau Arugula Và Xa lát Rau Nướng

THÀNH PHẦN:

- 1½ chén dầu ô liu
- ¼ cốc nước chanh
- ¼ chén giấm balsamic
- ¼ cốc thảo mộc tươi; các phần bằng nhau của rau mùi tây, hương thảo, cây xô thơm, húng tây và lá oregano
- 4 chấm sốt Tabasco
- Muối và hạt tiêu cho vừa ăn
- 2 quả ớt chuông đỏ; giảm đi một nửa
- 3 quả cà chua mận; giảm đi một nửa
- 2 củ hành đỏ vừa phải
- 1 quả cà tím nhỏ; Phân đoạn dày 1/2"
- 10 cây nấm khuy
- 10 củ khoai tây đỏ nhỏ; nấu chín
- ⅓ cốc dầu ô liu
- Muối và hạt tiêu cho vừa ăn
- 3 bó rau arugula; rửa sạch và sấy khô
- 1 pound phô mai Mozzarella; phân đoạn mỏng
- 1 cốc ô liu đen; đọ sức

HƯỚNG DẪN:

a) Trong một món ăn vừa phải , Trộn dầu ô liu, nước cốt chanh, giấm, rau thơm, sốt Tabasco và muối & tiêu; sau đó đánh đều. Để qua một bên.

b) Đặt ớt, cà chua, hành tây, cà tím, nấm và khoai tây vào một đĩa rất lớn. Thêm dầu ô liu, muối và hạt tiêu; sau đó trộn đều để rau ngấm dầu.

c) Nướng rau trên lửa vừa phải cho đến khi chín vàng, mỗi mặt từ 4 đến 6 phút. Lấy ra khỏi vỉ nướng và ngay khi đủ nguội để cầm, hãy cắt thành từng miếng vừa ăn.

d) Xếp rau arugula lên một đĩa lớn và nông. Xếp các loại rau nướng lên trên món rau arugula, phủ phô mai mozzarella và ô liu lên trên rồi dùng kèm với nước sốt.

6.Bí nướng và bí xanh

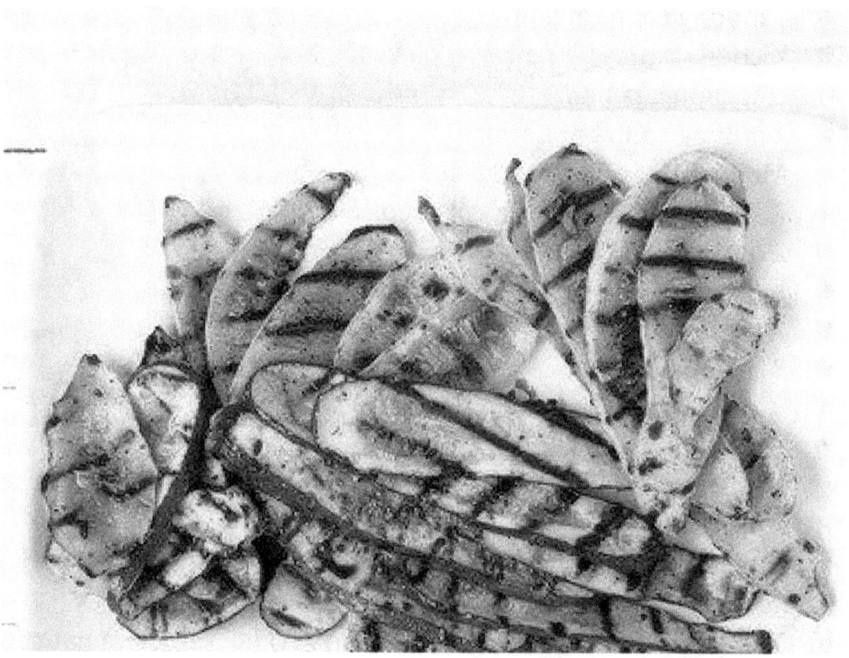

THÀNH PHẦN:

- ¼ chén dầu ô liu
- 1 muỗng canh tỏi băm
- ¼ chén ớt tươi băm nhỏ
- Lựa chọn của bạn
- 2 muỗng canh hạt Comino
- Muối và hạt tiêu cho vừa ăn
- 2 quả bí ngòi vừa phải , cắt theo chiều dài
- 2 quả bí mùa hè vừa phải , cắt nhỏ
- ¼ chén dầu ô liu
- ⅓ cốc nước cốt chanh tươi
- 3 thìa mật ong
- ¼ chén ngò tươi thái hạt lựu
- Muối và hạt tiêu cho vừa ăn

HƯỚNG DẪN:

a) Làm nước sốt: Trong một đĩa nhỏ, trộn tất cả nguyên liệu với nhau và đặt sang một bên.

b) Trong một món ăn vừa phải , Trộn dầu ô liu, tỏi, ớt và hạt comino rồi trộn đều. Thêm ván bí và bí xanh vào rồi trộn đều để bí được bao phủ hoàn toàn trong hỗn hợp.

c) Đặt bí lên vỉ nướng trên lửa vừa phải và nướng khoảng 3 phút cho mỗi mặt hoặc nướng cho đến khi chín vàng. Lấy bí ra khỏi vỉ nướng, đặt lên đĩa, rưới nước sốt lên và thưởng thức.

7.Bí đao nướng và măng tây

THÀNH PHẦN:

- 4 quả bí đao
- Muối; nếm thử
- Hạt tiêu; nếm thử
- 4 nhánh hương thảo
- 4 thìa hành tây; băm nhỏ
- 4 thìa cần tây; băm nhỏ
- 4 thìa cà rốt; băm nhỏ
- 4 muỗng canh dầu ô liu
- 2 chén nước luộc rau
- 1 pound Quinoa; rửa sạch
- 2 pound Nấm rừng tươi
- 2 pound Măng tây bút chì

HƯỚNG DẪN:

a) Chà mạnh bí đao với muối, tiêu, dầu và hương thảo vào bên trong.

b) Nướng úp mặt trong 8 phút. Lật, đặt hương thảo vào trong và nấu, đậy nắp trong 20 phút.

c) Trong nồi, cho hành tây, cần tây, cà rốt và 1 thìa dầu ô liu vào nấu. Thêm nước kho và quinoa vào rồi đun sôi. Đậy nắp thật chặt và đun nhỏ lửa trong 10 phút. Khám phá bí đao, đặt hỗn hợp quinoa vào bên trong bí và đậy nắp. Nấu thêm 10 phút nữa.

d) Trộn nhẹ nấm và măng tây với dầu ô liu, muối và hạt tiêu. Nướng trong 3 phút mỗi mặt. Phục vụ bí với quinoa bên trong và cho nấm và măng tây chảy xung quanh.

8. Măng tây nướng và cà chua

THÀNH PHẦN:

- 12 ounce măng tây, cắt tỉa
- 6 quả cà chua chín, cắt đôi
- 3 muỗng canh dầu ô liu
- Muối và tiêu
- 1 tép tỏi, băm nhỏ
- 1 muỗng canh mù tạt
- 3 muỗng canh giấm balsamic
- ⅓ cốc dầu ô liu
- Muối và tiêu

HƯỚNG DẪN:

a) Làm nóng chảo nướng ở nhiệt độ cao vừa phải . Trong một đĩa lớn trộn măng tây với dầu ô liu, muối và hạt tiêu. Quét cà chua với dầu ô liu còn lại trong đĩa. Nướng măng tây và cà chua riêng biệt cho đến khi chín mềm nhưng không bị nát.

b) Trong một món ăn Trộn tỏi, mù tạt, giấm balsamic và dầu ô liu bằng máy đánh trứng hoặc máy trộn cầm tay. Nêm muối và tiêu cho vừa ăn

c) Phục vụ rau nướng với dầu giấm.

9.Cà tím nướng và xa lát Halloumi

THÀNH PHẦN:

- 1 quả cà tím lớn, cắt thành từng khoanh
- Phô mai halloumi 8 oz, thái lát
- 2 muỗng canh dầu ô liu
- 2 muỗng canh giấm balsamic
- 2 tép tỏi, băm nhỏ
- Muối và hạt tiêu cho vừa ăn
- Xa lát rau trộn
- Cà chua bi, giảm một nửa
- Ô liu Kalamata, bỏ hạt

HƯỚNG DẪN:

a) Làm nóng lò nướng ở nhiệt độ trung bình cao.
b) Quét dầu ô liu lên các mặt cà tím và phô mai halloumi.
c) Nướng các lát cà tím trong 3-4 phút mỗi mặt cho đến khi xuất hiện vết nướng và mềm.
d) Nướng các lát phô mai halloumi trong 1-2 phút mỗi mặt, cho đến khi xuất hiện các vết nướng và vàng nhạt.
e) Trong một bát nhỏ, trộn giấm balsamic, tỏi băm, muối và hạt tiêu.
f) Sắp xếp các loại rau trộn xa lát trên đĩa phục vụ. Phủ các lát cà tím nướng, các lát phô mai halloumi nướng, cà chua bi và ô liu Kalamata lên trên.
g) Rưới nước sốt balsamic lên món xa lát.
h) Dùng ngay như một món xa lát chay nướng thơm ngon và thỏa mãn.

10.Bát rau nướng và Halloumi Quinoa

THÀNH PHẦN:

- 1 chén quinoa, nấu chín
- 1 quả bí xanh, thái lát dọc
- 1 quả bí vàng, thái lát dọc
- 1 củ hành đỏ, cắt thành từng khoanh
- 1 quả ớt chuông đỏ, bỏ hạt và cắt làm tư
- 1 quả ớt chuông vàng, bỏ hạt và cắt tư
- Phô mai halloumi 8 oz, thái lát
- 2 muỗng canh dầu ô liu
- Muối và hạt tiêu cho vừa ăn
- Sốt tahini sữa chua Hy Lạp
- Rau mùi tây tươi, cắt nhỏ (để trang trí)

HƯỚNG DẪN:

a) Làm nóng lò nướng ở nhiệt độ trung bình cao.

b) Trộn bí xanh, bí vàng, hành tím, ớt chuông và phô mai halloumi với dầu ô liu. Nêm với muối và hạt tiêu.

c) Nướng rau và phô mai halloumi trong 3-4 phút mỗi mặt cho đến khi xuất hiện vết nướng và mềm.

d) Lấy ra khỏi vỉ nướng và để nguội một chút. Cắt rau và halloumi thành từng miếng vừa ăn.

e) Trong một cái bát, trộn quinoa nấu chín, rau nướng và phô mai halloumi.

f) Rưới nước sốt tahini sữa chua Hy Lạp và phủ lên áo.

g) Trang trí với rau mùi tây tươi cắt nhỏ trước khi dùng.

11. Xa lát nấm Portobello nướng và rau bina

THÀNH PHẦN:

- 4 cây nấm portobello lớn, bỏ cuống
- 6 chén lá rau bina non
- 1 cốc cà chua bi, giảm một nửa
- 1/4 chén hành đỏ, thái lát mỏng
- 1/4 chén phô mai feta vụn
- 2 muỗng canh giấm balsamic
- 2 muỗng canh dầu ô liu
- 1 tép tỏi, băm nhỏ
- Muối và hạt tiêu cho vừa ăn

HƯỚNG DẪN:

a) Làm nóng lò nướng ở nhiệt độ trung bình cao.
b) Chải nấm portobello với dầu ô liu và nêm muối và hạt tiêu.
c) Nướng nấm trong 4-5 phút mỗi mặt cho đến khi nấm mềm và xuất hiện vết nướng.
d) Lấy nấm ra khỏi vỉ nướng và để nguội một chút. Cắt thành dải.
e) Trong một tô lớn, trộn lá rau bina non, cà chua bi, hành tím và phô mai feta vụn.
f) Trong một bát nhỏ, trộn giấm balsamic, dầu ô liu, tỏi băm, muối và hạt tiêu.
g) Thêm các lát nấm portobello nướng vào tô xa lát.
h) Rưới nước sốt balsamic lên món xa lát và trộn đều.
i) Dùng ngay như món xa lát chay nướng thơm ngon và bổ dưỡng.

XA LÁT ĐẬU NƯỚNG VÀ HẠT

12.Xa lát rau nướng và couscous

THÀNH PHẦN:

- 1 chén couscous, nấu chín
- 1 quả bí xanh, thái lát dọc
- 1 quả bí vàng, thái lát dọc
- 1 củ hành đỏ, cắt thành từng khoanh
- 1 quả ớt chuông đỏ, bỏ hạt và cắt làm tư
- 1 quả ớt chuông vàng, bỏ hạt và cắt tư
- 1 cốc cà chua bi
- 2 muỗng canh dầu ô liu
- 2 muỗng canh giấm balsamic
- 1 thìa nước cốt chanh tươi
- 1 tép tỏi, băm nhỏ
- Muối và hạt tiêu cho vừa ăn
- Lá húng quế tươi, cắt nhỏ (để trang trí)

HƯỚNG DẪN:

a) Làm nóng lò nướng ở nhiệt độ trung bình cao.

b) Trộn bí xanh, bí vàng, hành đỏ và ớt chuông với dầu ô liu. Nêm với muối và hạt tiêu.

c) Nướng rau trong 3-4 phút mỗi mặt cho đến khi xuất hiện vết nướng và mềm.

d) Lấy rau ra khỏi vỉ nướng và để nguội một chút. Cắt thành từng miếng vừa ăn.

e) Trong một tô lớn, kết hợp couscous nấu chín, rau nướng và cà chua bi.

f) Trong một bát nhỏ, trộn giấm balsamic, nước cốt chanh, tỏi băm, muối và hạt tiêu.

g) Rưới nước sốt lên món xa lát và trộn đều.

h) Trang trí với lá húng quế tươi xắt nhỏ trước khi dùng.

13.Xa lát ngô nướng

THÀNH PHẦN:

- 1 1/2 muỗng cà phê dầu ô liu
- 1/2 thìa cà phê muối
- ngô 4 tai
- 1/4 thìa cà phê tiêu
- 2 muỗng canh nước cốt chanh
- 1/8 thìa cà phê bột tỏi
- 1 1/2 muỗng cà phê dầu ô liu
- 1 cốc cà chua thái hạt lựu
- 2 thìa cà phê Đường
- 1 cốc dưa chuột thái hạt lựu, bỏ hạt và gọt vỏ

HƯỚNG DẪN:

a) Phết ngô với 1 1/2 muỗng cà phê dầu ô liu
b) Nướng ngô trong 20 phút cho đến khi chín vàng nhẹ.
c) Trộn đều nước cốt chanh, dầu ô liu, đường, muối, tiêu và bột tỏi. Cho ngô, cà chua và dưa chuột vào.
d) Trộn đều và phục vụ món xa lát.

14. Rau Hoa Giấy Nướng

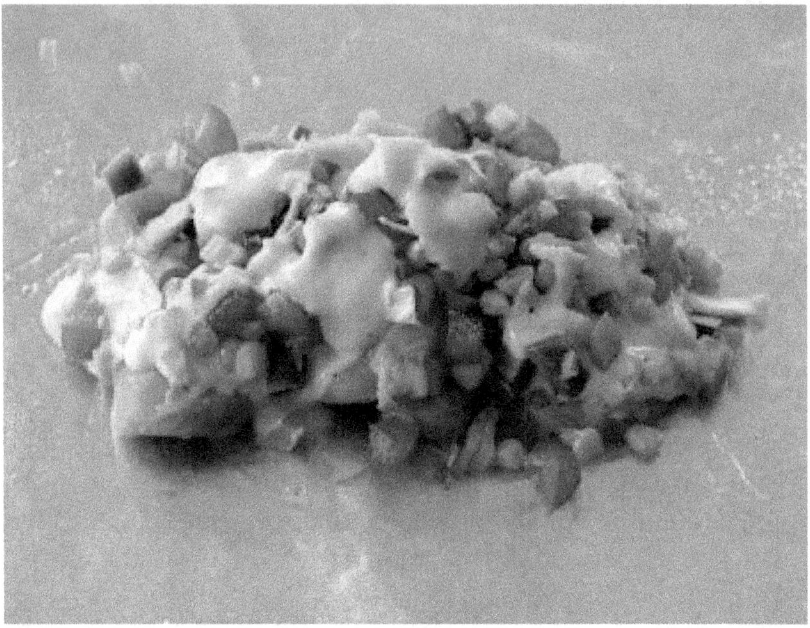

THÀNH PHẦN:

- 8 quả cà chua bi; - giảm một nửa, lên tới 10
- 1½ cốc ngô cắt từ lõi ngô
- 1 quả ớt đỏ ngọt; thái sợi
- ½ quả ớt xanh vừa phải ; thái sợi
- 1 củ hành tây nhỏ; Được phân đoạn
- 1 thìa lá húng quế tươi; thái hạt lựu
- ¼ thìa cà phê vỏ chanh bào vụn
- Muối và tiêu; nếm thử
- 1 muỗng canh + 1 muỗng cà phê bơ không muối hoặc; bơ thực vật; cắt

HƯỚNG DẪN:

a) Trộn tất cả nguyên liệu trừ bơ trong một đĩa lớn; trộn nhẹ nhàng để trộn đều. Chia hỗn hợp rau làm đôi. Đặt mỗi nửa vào giữa miếng giấy nhôm dày 12 x 12". Chấm rau với bơ

b) Ghép các góc của giấy bạc lại với nhau để tạo thành một kim tự tháp; xoắn để bịt kín.

c) Nướng các gói giấy bạc trên than nóng vừa phải trong 15 đến 20 phút hoặc cho đến khi rau mềm. Phục vụ ngay lập tức.

15.Xa lát rau củ nướng và đậu xanh

THÀNH PHẦN:

- 1 quả bí xanh, thái lát dọc
- 1 quả bí vàng, thái lát dọc
- 1 củ hành đỏ, cắt thành từng khoanh
- 1 quả ớt chuông đỏ, bỏ hạt và cắt làm tư
- 1 quả ớt chuông vàng, bỏ hạt và cắt tư
- 1 lon (15 oz) đậu xanh, để ráo nước và rửa sạch
- 2 muỗng canh dầu ô liu
- Muối và hạt tiêu cho vừa ăn
- Nước sốt chanh
- Xa lát rau trộn

HƯỚNG DẪN:

a) Làm nóng lò nướng ở nhiệt độ trung bình cao.
b) Trộn bí xanh, bí vàng, hành tím và ớt chuông với dầu ô liu. Nêm với muối và hạt tiêu.
c) Nướng rau trong 3-4 phút mỗi mặt cho đến khi xuất hiện vết nướng và mềm.
d) Lấy ra khỏi vỉ nướng và để nguội một chút. Cắt rau thành miếng vừa ăn.
e) Trong một tô lớn, kết hợp rau nướng và đậu xanh.
f) Trộn đều với nước sốt thảo mộc chanh cho đến khi phủ đều.
g) Phục vụ trên rau trộn xa lát.

16.Nấm Portobello nướng và xa lát Quinoa

THÀNH PHẦN:

- 4 cây nấm portobello lớn, bỏ cuống
- 1 chén quinoa, nấu chín
- 1 quả ớt chuông đỏ, thái hạt lựu
- 1 quả ớt chuông vàng, thái hạt lựu
- 1/4 chén mùi tây tươi xắt nhỏ
- 2 muỗng canh giấm balsamic
- 2 muỗng canh dầu ô liu
- 1 tép tỏi, băm nhỏ
- Muối và hạt tiêu cho vừa ăn

HƯỚNG DẪN:

a) Làm nóng lò nướng ở nhiệt độ trung bình cao.
b) Chải nấm portobello với dầu ô liu và nêm muối và hạt tiêu.
c) Nướng nấm trong 4-5 phút mỗi mặt cho đến khi nấm mềm và xuất hiện vết nướng.
d) Lấy nấm ra khỏi vỉ nướng và để nguội một chút. Cắt thành dải.
e) Trong một tô lớn, trộn quinoa nấu chín, ớt chuông đỏ thái hạt lựu, ớt chuông vàng thái hạt lựu và rau mùi tây tươi cắt nhỏ.
f) Trong một bát nhỏ, trộn giấm balsamic, dầu ô liu, tỏi băm, muối và hạt tiêu.
g) Thêm các lát nấm portobello nướng vào bát cùng với xa lát quinoa.
h) Rưới nước sốt balsamic lên món xa lát và trộn đều.
i) Phục vụ ấm hoặc ở nhiệt độ phòng như một món xa lát chay nướng thịnh soạn và bổ dưỡng.

17.Xa lát ngô nướng và đậu đen

THÀNH PHẦN:

- 2 bắp ngô đã tách vỏ
- 1 lon (15 oz) đậu đen, rửa sạch và để ráo nước
- 1 quả ớt chuông đỏ, thái hạt lựu
- 1/2 củ hành đỏ, thái hạt lựu
- 1/4 chén ngò tươi xắt nhỏ
- Nước ép 1 quả chanh
- 2 muỗng canh dầu ô liu
- Muối và hạt tiêu cho vừa ăn

HƯỚNG DẪN:

a) Làm nóng lò nướng ở nhiệt độ trung bình cao.

b) Đặt ngô lên vỉ nướng và nấu, thỉnh thoảng quay cho đến khi hạt chín và mềm, khoảng 10-12 phút.

c) Lấy ngô ra khỏi vỉ nướng và để nguội một chút. Cắt hạt ra khỏi lõi và cho vào tô lớn.

d) Cho đậu đen, ớt chuông đỏ thái hạt lựu, hành tím thái hạt lựu, ngò tươi xắt nhỏ vào tô cùng ngô.

e) Trong một bát nhỏ, trộn đều nước cốt chanh, dầu ô liu, muối và hạt tiêu. Đổ xa lát lên và trộn đều.

f) Dùng ngay hoặc để lạnh trong tủ lạnh để hương vị hòa quyện trước khi dùng.

18.Xa lát rau củ nướng và đậu lăng với Quinoa

THÀNH PHẦN:

- 1 cốc quinoa, rửa sạch
- 2 chén nước luộc rau hoặc nước
- 1 chén đậu lăng xanh, rửa sạch
- 2 chén rau trộn (như ớt chuông, bí xanh, cà chua bi)
- 2 muỗng canh dầu ô liu
- Muối và hạt tiêu cho vừa ăn
- Đối với việc thay đồ:
- 1/4 chén dầu ô liu
- 2 muỗng canh giấm balsamic
- 1 muỗng canh mù tạt Dijon
- 1 tép tỏi, băm nhỏ
- Muối và hạt tiêu cho vừa ăn
- Rau mùi tây tươi hoặc húng quế để trang trí (tùy chọn)

HƯỚNG DẪN:

a) Trong một cái chảo vừa, đun sôi nước hoặc nước luộc rau. Thêm quinoa, giảm nhiệt xuống thấp, đậy nắp và đun nhỏ lửa trong 15 phút hoặc cho đến khi quinoa chín và chất lỏng được hấp thụ. Tắt bếp và để yên trong 5 phút, sau đó dùng nĩa đánh tơi.

b) Trong một cái chảo vừa khác, đun sôi nước. Thêm đậu lăng, giảm nhiệt xuống thấp, đậy nắp và đun nhỏ lửa trong 20-25 phút hoặc cho đến khi đậu lăng mềm nhưng không nhão. Xả hết nước thừa và đặt sang một bên.

c) Làm nóng lò nướng ở nhiệt độ trung bình cao. Trộn rau với dầu ô liu, muối và hạt tiêu.

d) Nướng rau trong 3-4 phút mỗi mặt hoặc cho đến khi mềm và cháy nhẹ. Lấy ra khỏi vỉ nướng và để chúng nguội một chút.

e) Trong một tô lớn, trộn quinoa nấu chín, đậu lăng nấu chín và rau nướng.

f) Trong một bát nhỏ, trộn đều các nguyên liệu làm nước sốt. Đổ xa lát lên trên và đảo đều để phủ đều.

g) Trang trí với rau mùi tây tươi hoặc húng quế nếu muốn. Thưởng thức khi còn nóng hoặc ở nhiệt độ phòng.

19. Xa lát đậu xanh nướng và couscous

THÀNH PHẦN:

- 1 cốc couscous
- 1 1/4 chén nước luộc rau hoặc nước
- 1 lon (15 oz) đậu xanh, để ráo nước và rửa sạch
- 2 muỗng canh dầu ô liu
- 1 thìa cà phê thì là xay
- 1 muỗng cà phê ớt bột xông khói
- Muối và hạt tiêu cho vừa ăn
- 1 quả ớt chuông đỏ, thái hạt lựu
- 1 quả ớt chuông vàng, thái hạt lựu
- 1/4 chén ngò tươi xắt nhỏ
- Nước ép của 1 quả chanh
- Vỏ của 1 quả chanh

HƯỚNG DẪN:

a) Trong một cái chảo vừa, đun sôi nước luộc rau hoặc nước. Thêm couscous, đậy nắp và tắt bếp. Để yên trong 5 phút, sau đó dùng nĩa đánh tơi.

b) Làm nóng lò nướng ở nhiệt độ trung bình cao. Trong một cái bát, trộn đậu xanh với dầu ô liu, thì là xay, ớt bột hun khói, muối và hạt tiêu.

c) Nướng đậu xanh trong 10-12 phút, thỉnh thoảng đảo đều cho đến khi giòn và cháy nhẹ.

d) Trong một tô lớn, kết hợp couscous nấu chín, đậu xanh nướng, ớt chuông đỏ thái hạt lựu, ớt chuông vàng thái hạt lựu, ngò tươi cắt nhỏ, nước cốt chanh và vỏ chanh.

e) Trộn đều và điều chỉnh gia vị nếu cần. Thưởng thức khi còn nóng hoặc ở nhiệt độ phòng.

20.Xa lát đậu phụ và gạo lứt với Edamame

THÀNH PHẦN:

- 1 khối (14 oz) đậu hũ siêu cứng, ép và để ráo nước
- 1 chén gạo lứt nấu chín
- 1 cốc đậu nành đã bóc vỏ, nấu chín
- 2 chén xa lát trộn rau xanh
- 1 muỗng canh dầu mè
- 2 muỗng canh nước tương hoặc tamari
- 1 muỗng canh giấm gạo
- 1 muỗng canh mật ong hoặc xi-rô cây phong
- 1 thìa cà phê gừng xay
- 1 tép tỏi, băm nhỏ
- Muối và hạt tiêu cho vừa ăn
- Hạt mè để trang trí

HƯỚNG DẪN:

a) Làm nóng lò nướng ở nhiệt độ trung bình cao. Cắt đậu phụ ép thành khối.

b) Trong một cái bát, trộn đều dầu mè, nước tương, giấm gạo, mật ong hoặc xi-rô cây phong, gừng xay, tỏi băm, muối và tiêu.

c) Cho các khối đậu phụ vào nước xốt, đảm bảo chúng được phủ đều. Để ướp trong 15-20 phút.

d) Nướng đậu phụ đã ướp trong 3-4 phút mỗi mặt cho đến khi cháy nhẹ.

e) Trong một tô lớn, trộn gạo lứt đã nấu chín, đậu nành Nhật nấu chín, rau xà lách trộn và đậu phụ nướng.

f) Rưới phần nước xốt còn lại lên và trộn đều. Trang trí với hạt vừng. Thưởng thức khi còn nóng hoặc ở nhiệt độ phòng.

21.Xa lát rau và Farro với đậu trắng

THÀNH PHẦN:

- 1 cốc farro, rửa sạch
- 2 chén nước luộc rau hoặc nước
- 1 lon (15 oz) đậu trắng, để ráo nước và rửa sạch
- 2 muỗng canh dầu ô liu
- 1 muỗng canh giấm balsamic
- 1 muỗng cà phê húng tây khô
- Muối và hạt tiêu cho vừa ăn
- 2 chén rau nướng hỗn hợp (như cà tím, bí xanh, ớt chuông, cà chua bi)
- 1/4 chén mùi tây tươi xắt nhỏ

HƯỚNG DẪN:

a) Trong một cái chảo vừa, đun sôi nước luộc rau hoặc nước. Thêm farro, giảm nhiệt xuống thấp, đậy nắp và đun nhỏ lửa trong 25-30 phút hoặc cho đến khi farro mềm. Xả hết chất lỏng dư thừa và để nguội một chút.

b) Trong một tô lớn, trộn đều dầu ô liu, giấm balsamic, húng tây khô, muối và tiêu.

c) Cho đậu trắng và đậu trắng đã nấu chín vào dầu giấm cho đến khi phủ đều.

d) Làm nóng lò nướng ở nhiệt độ trung bình cao. Trộn rau nướng với dầu ô liu, muối và hạt tiêu.

e) Nướng rau trong 3-4 phút mỗi mặt hoặc cho đến khi mềm và cháy nhẹ. Lấy ra khỏi vỉ nướng và để chúng nguội một chút.

f) Thêm rau nướng và rau mùi tây tươi xắt nhỏ vào bát cùng với đậu trắng và đậu trắng. Quăng để kết hợp. Thưởng thức khi còn nóng hoặc ở nhiệt độ phòng.

22.Đậu xanh nướng và xa lát Bulgur

THÀNH PHẦN:

- 1 cốc lúa mì bulgur
- 1 ½ chén nước luộc rau hoặc nước
- 1 lon (15 oz) đậu xanh, để ráo nước và rửa sạch
- 2 muỗng canh dầu ô liu
- 1 thìa cà phê thì là xay
- 1 muỗng cà phê ớt bột xông khói
- Muối và hạt tiêu cho vừa ăn
- 1 quả ớt chuông đỏ, thái hạt lựu
- 1 quả ớt chuông vàng, thái hạt lựu
- 1 quả dưa chuột, thái hạt lựu
- 1/4 chén mùi tây tươi xắt nhỏ
- Nước ép của 1 quả chanh
- 2 muỗng canh giấm rượu vang đỏ

HƯỚNG DẪN:

a) Trong một cái chảo vừa, đun sôi nước luộc rau hoặc nước. Thêm lúa mì bulgur, đậy nắp và đun nhỏ lửa trong 10-12 phút hoặc cho đến khi mềm. Tắt bếp và để nguội một chút.

b) Làm nóng lò nướng ở nhiệt độ trung bình cao. Trong một cái bát, trộn đậu xanh với dầu ô liu, thì là xay, ớt bột hun khói, muối và hạt tiêu.

c) Nướng đậu xanh trong 10-12 phút, thỉnh thoảng đảo đều cho đến khi giòn và cháy nhẹ.

d) Trong một tô lớn, kết hợp lúa mì bulgur nấu chín, đậu xanh nướng, ớt chuông đỏ thái hạt lựu, ớt chuông vàng thái hạt lựu, dưa chuột thái hạt lựu, rau mùi tây tươi cắt nhỏ, nước chanh và giấm rượu vang đỏ.

e) Trộn đều và điều chỉnh gia vị nếu cần. Thưởng thức khi còn nóng hoặc ở nhiệt độ phòng.

23.Xa lát đậu lăng và lúa mạch với rau nướng

THÀNH PHẦN:

- 1 cốc lúa mạch
- 2 chén nước luộc rau hoặc nước
- 1 chén đậu lăng xanh, rửa sạch
- 3 chén rau trộn (như cà rốt, ớt chuông, hành đỏ)
- 2 muỗng canh dầu ô liu
- Muối và hạt tiêu cho vừa ăn
- 1/4 chén húng quế tươi hoặc rau mùi tây xắt nhỏ
- Sốt dấm Balsamic

HƯỚNG DẪN:

a) Trong một cái chảo vừa, đun sôi nước luộc rau hoặc nước. Thêm lúa mạch, giảm nhiệt xuống thấp, đậy nắp và đun nhỏ lửa trong 30-35 phút hoặc cho đến khi mềm. Tắt bếp và để nguội một chút.

b) Làm nóng lò nướng ở nhiệt độ trung bình cao. Trộn rau với dầu ô liu, muối và hạt tiêu.

c) Nướng rau trong 4-5 phút mỗi mặt hoặc cho đến khi mềm và cháy nhẹ. Lấy ra khỏi vỉ nướng và để chúng nguội một chút.

d) Trong một cái chảo riêng, kết hợp đậu lăng xanh với lượng nước vừa đủ ngập 2 inch. Đun sôi, sau đó giảm nhiệt và đun nhỏ lửa trong 20-25 phút hoặc cho đến khi mềm nhưng không nhão. Xả hết nước thừa và để chúng nguội một chút.

e) Trong một tô lớn, kết hợp lúa mạch nấu chín, đậu lăng nấu chín, rau nướng, húng quế hoặc rau mùi tây tươi xắt nhỏ và nước sốt dấm balsamic. Quăng để kết hợp. Thưởng thức khi còn nóng hoặc ở nhiệt độ phòng.

XA LÁT TRÁI CÂY NƯỚNG

24.Xa lát lê nướng và phô mai xanh

THÀNH PHẦN:

- 30 gram bơ; (1 ounce)
- 4 quả lê tráng miệng mềm
- 175 gram phô mai Dolcelatte; (6 ounce)
- Lá xà lách trộn
- Muối và hạt tiêu đen
- Giấm

HƯỚNG DẪN:

a) Làm nóng lò nướng trước.
b) Đun chảy bơ và nêm nhẹ. Cắt đôi quả lê, bỏ lõi và cắt thịt thành hình quạt, giữ nguyên phần cuống.
c) Nhấn nhẹ quạt để làm phẳng trái cây và phết bơ dày dạn.
d) Nấu dưới vỉ nướng cho đến khi chín vàng.
e) Cắt hoặc cắt miếng phô mai và chia từng miếng vào giữa các quả lê, xếp phô mai từ từ lên trên.
f) Trở lại lửa và nấu cho đến khi phô mai sủi bọt.
g) Trong khi đó, trang trí những chiếc lá và sắp xếp một số chiếc trên mỗi chiếc đĩa trong số bốn chiếc đĩa.
h) Từ từ nhấc quả lê ra khỏi chảo nướng và đặt 2 nửa quả lê lên mỗi đĩa xa lát. Nêm muối và hạt tiêu rồi thưởng thức

25.Xa lát dưa hấu nướng

THÀNH PHẦN:

- 4 lát dưa hấu dày, bỏ vỏ
- 4 cốc rau arugula
- ½ chén phô mai feta vụn
- ¼ chén lá bạc hà cắt nhỏ
- ¼ chén men balsamic

HƯỚNG DẪN:

a) Làm nóng lò nướng ở nhiệt độ cao.

b) Nướng các lát dưa hấu trong 1-2 phút mỗi mặt cho đến khi cháy nhẹ.

c) Sắp xếp rau arugula trên đĩa phục vụ.

d) Phủ lên trên những lát dưa hấu nướng, phô mai feta vụn và lá bạc hà cắt nhỏ.

e) Rưới men balsamic lên và thưởng thức.

26.Xa lát đào nướng và rau arugula

THÀNH PHẦN:

- 3 quả đào, cắt đôi và bỏ hạt
- 4 cốc rau arugula
- ¼ chén bạc hà tươi xắt nhỏ
- ¼ chén phô mai feta vụn
- 2 muỗng canh giấm balsamic
- 2 muỗng canh dầu ô liu
- Muối và hạt tiêu đen

HƯỚNG DẪN:

a) Làm nóng lò nướng ở nhiệt độ trung bình cao.
b) Quét dầu ô liu lên nửa quả đào và nêm muối và tiêu đen.
c) Nướng nửa quả đào trong 2-3 phút mỗi mặt hoặc cho đến khi vết nướng xuất hiện.
d) Lấy ra khỏi vỉ nướng và để nguội.
e) Cắt đào nướng thành miếng vừa ăn.
f) Trong một tô lớn, kết hợp rau arugula, miếng đào nướng, bạc hà cắt nhỏ và phô mai feta vụn.
g) Trong một bát nhỏ, trộn đều giấm balsamic và dầu ô liu.
h) Rưới dầu giấm balsamic lên món xa lát và trộn đều.
i) Nêm muối và hạt tiêu đen cho vừa ăn.
j) Phục vụ ngay lập tức.

27.Gỏi Dứa Nướng Và Bơ

THÀNH PHẦN:

- 1 quả dứa tươi, gọt vỏ và bỏ lõi
- 2 quả bơ, bỏ hạt và thái lát
- 4 cốc rau xanh trộn
- ¼ chén ngò tươi xắt nhỏ
- 2 thìa nước cốt chanh
- 2 muỗng canh dầu ô liu
- Muối và hạt tiêu đen

HƯỚNG DẪN:

a) Cắt dứa thành từng khoanh tròn 1 inch.
b) Quét dầu ô liu lên các khoanh dứa rồi nêm muối và tiêu đen.
c) Làm nóng lò nướng ở nhiệt độ trung bình cao.
d) Nướng các khoanh dứa trong 2-3 phút mỗi mặt hoặc cho đến khi cháy nhẹ.
e) Lấy ra khỏi vỉ nướng và để nguội.
f) Cắt dứa nướng thành miếng vừa ăn.
g) Trong một tô lớn, trộn các loại rau xanh đã trộn, miếng dứa nướng, bơ cắt lát và ngò cắt nhỏ.
h) Trong một bát nhỏ, trộn đều nước cốt chanh và dầu ô liu.
i) Rưới nước sốt chanh lên trên món xa lát và trộn đều.
j) Nêm muối và hạt tiêu đen cho vừa ăn.
k) Phục vụ ngay lập tức.

28.Xa lát Trái Cây Đá Nướng

THÀNH PHẦN:

- 2 quả đào, cắt đôi và bỏ hạt
- 2 quả xuân đào, cắt đôi và bỏ hạt
- 2 quả mận, giảm một nửa và bỏ hạt
- 2 muỗng canh dầu ô liu
- 1 thìa mật ong
- 2 muỗng canh húng quế tươi xắt nhỏ
- 2 muỗng canh phô mai dê vụn
- Muối và hạt tiêu đen

HƯỚNG DẪN:

a) Làm nóng lò nướng ở nhiệt độ trung bình cao.
b) Quét dầu ô liu lên những quả đá cắt đôi.
c) Nướng trái cây có hạt trong 2-3 phút mỗi mặt hoặc cho đến khi cháy nhẹ.
d) Lấy ra khỏi vỉ nướng và để nguội.
e) Cắt trái cây đá nướng thành miếng vừa ăn.
f) Trong một tô lớn, kết hợp trái cây đá nướng, mật ong, húng quế cắt nhỏ và phô mai dê vụn.
g) Nêm muối và hạt tiêu đen cho vừa ăn.
h) Dùng lạnh.

29.Xa lát đào nướng và Giăm bông khô

THÀNH PHẦN:

- 4 quả đào, cắt đôi và bỏ hạt
- 4 lát Giăm bông khô
- 4 chén rau chân vịt non
- ¼ chén phô mai dê vụn
- 2 muỗng canh dầu ô liu
- 2 muỗng canh men balsamic
- Muối và hạt tiêu đen

HƯỚNG DẪN:

a) Làm nóng lò nướng ở nhiệt độ trung bình cao.
b) Quét dầu ô liu lên nửa quả đào và nêm muối và tiêu đen.
c) Nướng nửa quả đào trong 2-3 phút mỗi bên hoặc cho đến khi cháy nhẹ.
d) Lấy ra khỏi vỉ nướng và để nguội.
e) Quấn một lát Giăm bông khô quanh mỗi nửa quả đào.
f) Trong một tô lớn, trộn rau bina non, phô mai dê vụn và nửa quả đào nướng.
g) Rưới men balsamic lên món xa lát và trộn đều.
h) Dùng lạnh.

30.Gỏi Dứa Nướng Tôm

THÀNH PHẦN:

- 1 quả dứa chín, gọt vỏ và cắt thành từng miếng
- 1 pound tôm lớn, bóc vỏ và bỏ chỉ
- 2 muỗng canh dầu ô liu
- 2 thìa nước cốt chanh
- ¼ chén ngò tươi xắt nhỏ
- Muối và hạt tiêu đen

HƯỚNG DẪN:

a) Làm nóng lò nướng ở nhiệt độ trung bình cao.
b) Trong một bát nhỏ, trộn dầu ô liu, nước cốt chanh, ngò xắt nhỏ, muối và hạt tiêu đen.
c) Xiên những miếng dứa và tôm vào xiên.
d) Quét hỗn hợp dầu ô liu lên xiên.
e) Nướng xiên trong 2-3 phút mỗi bên hoặc cho đến khi tôm có màu hồng và chín.
f) Lấy ra khỏi vỉ nướng và để nguội.
g) Cắt dứa nướng thành miếng vừa ăn.
h) Trong một tô lớn, kết hợp dứa nướng, tôm và hỗn hợp dầu ô liu còn lại.
i) Dùng lạnh.

31.Xa lát sung nướng và Halloumi

THÀNH PHẦN:

- 6 quả sung chín, giảm một nửa
- 8 ounce phô mai halloumi, thái lát
- 4 cốc rau xanh trộn
- ¼ chén mùi tây tươi xắt nhỏ
- ¼ chén quả óc chó cắt nhỏ
- 2 thìa mật ong
- 2 muỗng canh dầu ô liu
- 2 muỗng canh giấm rượu vang đỏ
- Muối và hạt tiêu đen

HƯỚNG DẪN:

a) Làm nóng lò nướng ở nhiệt độ trung bình cao.
b) Quét dầu ô liu lên nửa quả sung và lát halloumi rồi nêm muối và tiêu đen.
c) Nướng quả sung và halloumi trong 2-3 phút mỗi mặt hoặc cho đến khi cháy nhẹ.
d) Lấy ra khỏi vỉ nướng và để nguội.
e) Trong một tô lớn, trộn các loại rau xanh đã trộn, rau mùi tây cắt nhỏ, quả óc chó cắt nhỏ, quả sung nướng và halloumi nướng.

32.Nước xốt xoài nướng

THÀNH PHẦN:

- 2 quả xoài chín, gọt vỏ và thái hạt lựu
- ½ củ hành đỏ, thái nhỏ
- 1 hạt tiêu jalapeño, bỏ hạt và thái nhỏ
- ¼ chén ngò tươi xắt nhỏ
- 2 thìa nước cốt chanh
- 1 muỗng canh dầu ô liu
- Muối và hạt tiêu đen

HƯỚNG DẪN:

a) Làm nóng lò nướng ở nhiệt độ trung bình cao.
b) Quét dầu ô liu lên miếng xoài rồi nêm muối và tiêu đen.
c) Nướng các miếng xoài trong 2-3 phút mỗi mặt hoặc cho đến khi vết nướng xuất hiện.
d) Lấy ra khỏi vỉ nướng và để nguội.
e) Trong một bát vừa, kết hợp xoài nướng, hành đỏ, ớt jalapeño, ngò, nước cốt chanh và dầu ô liu.
f) Nêm muối và hạt tiêu đen cho vừa ăn.
g) Ăn kèm với bánh tortilla hoặc làm lớp phủ cho gà hoặc cá nướng.

33.Đĩa trái cây nướng

THÀNH PHẦN:

- ½ cốc nước ép nho trắng
- ¼ cốc đường
- 1 quả dứa, gọt vỏ, bỏ lõi và cắt thành ½ inch
- 2 quả mận chín đen hoặc tím, cắt đôi và bỏ hạt
- 2 quả đào chín, cắt đôi và bỏ hạt
- 2 quả chuối chín, cắt đôi theo chiều dọc

HƯỚNG DẪN:

a) Làm nóng lò nướng trước. Trong một chảo nhỏ, đun nóng nước ép nho và đường trên lửa vừa, khuấy đều cho đến khi đường tan. Hủy bỏ nhiệt và đặt sang một bên để nguội.

b) Chuyển trái cây vào vỉ nướng nóng và nướng trong 2 đến 4 phút, tùy thuộc vào loại trái cây.

c) Xếp trái cây nướng lên đĩa phục vụ và rưới xi-rô lên. Phục vụ ở nhiệt độ phòng.

34.Cà ri trái cây tươi nướng

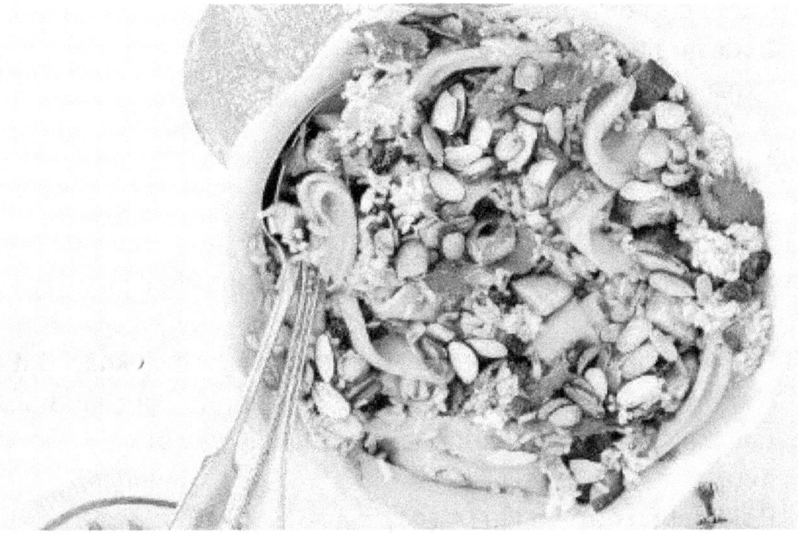

THÀNH PHẦN:

- Kem vani
- MỖI 1 cốc, dưa đỏ và dưa ngọt
- 1 cốc dứa tươi hoặc đóng hộp, để ráo nước
- 2 thìa bơ
- ¼ cốc đường nâu đóng gói
- 1 thìa bột cà ri

HƯỚNG DẪN:

a) Xếp những quả dưa và những miếng dứa vào chảo giấy bạc vuông 8 inch.

b) Đổ 1 cốc nước vào một chảo giấy bạc vuông 8 inch khác. Đặt chảo chứa trái cây vào chảo chứa nước. Trong một cái chảo nhỏ, làm tan chảy bơ trên lửa vừa phải, cho đường và bột cà ri vào khuấy đều.

c) Đổ đều hỗn hợp bơ lên trái cây

d) Đặt chảo lên vỉ nướng.

e) Nướng trên lửa vừa phải trong vòng 10-15 phút hoặc lâu hơn cho đến khi nước sốt sủi bọt

35.Cháo xoài

THÀNH PHẦN:

- ½ muỗng cà phê muối biển
- ¼ thìa cà phê tiêu đen
- 6 tép tỏi, bóc vỏ và thái lát mỏng
- 2 củ chuối, gọt vỏ, cắt đôi và thái lát mỏng
- 2 quả xoài xanh
- 1 nắm lá rau mùi nhỏ, rửa sạch, phơi khô và cắt nhỏ
- Nước ép 1 quả chanh hoặc chanh
- 1 muỗng cà phê giấm rượu trắng
- 1-2 quả ớt, bỏ hạt và thái lát mỏng

HƯỚNG DẪN:

a) Cho muối, tiêu, tỏi và hẹ vào tô.
b) Gọt vỏ xoài và cắt thành từng miếng để loại bỏ hạt.
c) Cắt mỏng từng miếng nêm và thêm vào bát cùng với rau mùi, chanh hoặc nước cốt chanh và giấm.
d) Dùng thìa trộn đều để ớt không bị bỏng tay, sau đó nêm nếm và điều chỉnh gia vị.
e) Ăn ngay hoặc để trong tủ lạnh ít nhất một giờ trước khi ăn.

36.Xa lát táo nướng và phô mai dê

THÀNH PHẦN:

- 2 quả táo, bỏ lõi và cắt thành miếng vuông
- 4 chén xa lát trộn rau xanh
- 1/2 chén phô mai dê vụn
- 1/4 chén quả óc chó cắt nhỏ, nướng
- 2 muỗng canh dầu ô liu
- 1 muỗng canh giấm balsamic
- 1 thìa cà phê mật ong
- Muối và hạt tiêu cho vừa ăn

HƯỚNG DẪN:

a) Làm nóng lò nướng ở nhiệt độ trung bình cao. Quét dầu ô liu lên các miếng táo và nướng trong 2-3 phút mỗi mặt hoặc cho đến khi vết nướng xuất hiện.

b) Trong một bát nhỏ, trộn đều dầu ô liu, giấm balsamic, mật ong, muối và hạt tiêu để làm nước sốt.

c) Sắp xếp các loại rau trộn xa lát trên đĩa phục vụ. Phủ thêm táo nướng, phô mai dê vụn và quả óc chó nướng lên trên.

d) Rưới nước sốt lên món xa lát. Phục vụ ngay lập tức.

37.Xa lát dâu tây nướng và rau bina

THÀNH PHẦN:

- 2 cốc dâu tây tươi, bỏ vỏ và cắt đôi
- 6 chén lá rau bina non
- 1/4 chén hạnh nhân cắt lát, nướng
- 2 muỗng canh giấm balsamic
- 1 muỗng canh dầu ô liu
- 1 thìa cà phê mật ong
- Muối và hạt tiêu cho vừa ăn

HƯỚNG DẪN:

a) Làm nóng lò nướng ở nhiệt độ trung bình cao. Xâu nửa quả dâu tây vào xiên.

b) Nướng dâu tây trong 2-3 phút mỗi mặt hoặc cho đến khi vết nướng xuất hiện.

c) Trong một bát nhỏ, trộn giấm balsamic, dầu ô liu, mật ong, muối và hạt tiêu để làm nước sốt.

d) Xếp lá rau bina non vào đĩa phục vụ. Phủ dâu tây nướng và hạnh nhân cắt lát lên trên.

e) Rưới nước sốt lên món xa lát. Phục vụ ngay lập tức.

38.Xa lát trái cây nướng

THÀNH PHẦN:

- 2 quả cam, gọt vỏ và cắt thành từng miếng tròn
- 2 quả bưởi, gọt vỏ và cắt thành từng khoanh
- 2 thìa mật ong
- 1 muỗng canh dầu ô liu
- 1 muỗng canh lá bạc hà tươi xắt nhỏ
- Một nhúm muối biển

HƯỚNG DẪN:

a) Làm nóng lò nướng ở nhiệt độ trung bình cao. Quét dầu ô liu lên các lát cam và bưởi.

b) Nướng các lát trái cây trong 1-2 phút mỗi mặt hoặc cho đến khi vết nướng xuất hiện.

c) Sắp xếp trái cây họ cam quýt nướng trên đĩa phục vụ. Rắc mật ong và rắc lá bạc hà tươi cắt nhỏ và một chút muối biển.

d) Dùng ngay như một món xa lát tươi mát và sống động.

XA LÁT BÒ/THỊT HEO/THỊT CỪU NƯỚNG

39.Xa lát thịt bò nướng Giăm bông khô

THÀNH PHẦN:

- ½ chén dầu ô liu
- 3 tép tỏi; thái hạt lựu
- 4 nhánh hương thảo
- 8 giống beo; thăn bò
- Muối và hạt tiêu đen mới xay
- 2 quả chanh; nướng
- 1 muỗng canh hẹ thái hạt lựu
- 1 muỗng canh hương thảo tươi thái hạt lựu
- 3 tép tỏi nướng
- ½ chén dầu ô liu
- Muối và hạt tiêu mới xay
- 8 chén rau diếp romaine thái hạt lựu
- Nước sốt tỏi nướng chanh
- Giăm bông khô 8 đoạn; thái sợi
- 12 củ hành lá; nướng và thái hạt lựu
- 2 quả cà chua đỏ; thái hạt lựu
- 2 quả cà chua vàng; thái hạt lựu
- 1½ cốc Gorgonzola vụn
- Thịt thăn bò nướng; thái hạt lựu
- 4 quả trứng luộc chín; gọt vỏ và thái hạt lựu
- 2 quả bơ Haas; bóc vỏ, rỗ
- Hẹ thái hạt lựu
- 8 tép tỏi nướng
- 2 que bơ không muối; mềm đi
- Muối và hạt tiêu mới xay
- bánh mì Ý 16 múi; Phân đoạn 1/4 inch
- ¼ chén rau mùi tây thái hạt lựu
- ¼ cốc lá oregano thái hạt lựu

Trộn dầu, tỏi và hương thảo trong một đĩa nướng nông nhỏ. Thêm thịt bò vào và trộn đều. Đậy nắp và để lạnh ít nhất 2 giờ hoặc qua đêm. Để ở nhiệt độ phòng 30 phút trước khi nướng

Làm nóng lò nướng. Lấy thịt bò ra khỏi nước muối, nêm muối và hạt tiêu cho vừa ăn rồi nướng trong 4 đến 5 phút mỗi bên để có độ chín vừa phải .
Hãy nghỉ ngơi 10 phút sau đó cắt thành xúc xắc.

40.Xa lát thịt cừu nướng và đậu Lima

THÀNH PHẦN:

- 2 quả ớt chuông đỏ
- ¾ cốc dầu ô liu
- ¼ chén giấm balsamic
- 1 thìa tỏi; băm nhỏ
- ¼ cốc húng quế; thái hạt lựu
- Muối và hạt tiêu cho vừa ăn
- 1 cốc đậu Lima; bóc vỏ
- 1 pound Thịt cừu; khối 1/2"
- 1 bó rau arugula; rửa sạch và sấy khô
- 1 quả cà chua lớn; thái hạt lựu lớn

a) Nướng ớt trên lửa nóng, lăn đều để chín đều, cho đến khi vỏ rất sẫm màu và phồng rộp. Lấy ra khỏi vỉ nướng, cho vào túi giấy màu nâu, buộc túi lại và để ớt nguội trong túi 20 phút. Lấy ra khỏi túi, gọt bỏ vỏ và lấy hạt và thân.

b) Đặt ớt vào máy chế biến thực phẩm hoặc Máy trộn, và . Với động cơ vẫn đang chạy, thêm dầu ô liu vào đều đặn. Thêm giấm balsamic, tỏi và húng quế rồi trộn đều.

c) Nêm muối và hạt tiêu, sau đó đặt sang một bên.

d) Trong một cái chảo vừa phải , đun sôi 2 cốc nước muối. Thêm đậu lima và nấu cho đến khi chúng mềm nhưng không nhão, từ 12 đến 15 phút. Xả sạch, ngâm vào nước lạnh để ngừng nấu, để ráo nước lần nữa và cho vào đĩa lớn. (Nếu dùng đậu Hà Lan, chỉ nấu từ 2 đến 3 phút, cho đến khi có màu xanh tươi và mềm.) 4. Trong khi đó, nêm thịt cừu với muối và tiêu cho vừa ăn, Xiên vào xiên và nướng trên lửa nóng khoảng 3 đến 4 phút mỗi mặt .

e) Lấy xiên ra khỏi bếp và trượt xiên ra.

f) Thêm thịt cừu, rau arugula và cà chua vào đĩa chứa đậu lima. Khuấy đều nước sốt, thêm vừa đủ để làm ẩm các nguyên liệu, trộn đều và thưởng thức.

41.Xa lát Chúc mừng xương chữ T

THÀNH PHẦN:

- 8 củ cải, thái lát rất mỏng
- 1 jalapeño, thái lát rất mỏng
- ½ củ hành đỏ nhỏ, thái lát mỏng
- 2 muỗng canh dầu ô liu nguyên chất
- 1 muỗng canh nước cốt chanh tươi
- Muối Kosher và hạt tiêu mới xay
- Vỏ bánh mì nướng chiên hoặc 8 bánh mì nướng mua ở cửa hàng
- ½ cốc kem chua
- 5 chén rau xà lách thái nhỏ
- Bít tết T-Bone tẩm gia vị, thái lát mỏng
- 1/4 chén lá ngò
- Nêm chanh, để phục vụ

HƯỚNG DẪN:

a) Trong một bát vừa, trộn củ cải với ớt jalapeño, hành đỏ, dầu ô liu và nước cốt chanh rồi nêm muối và hạt tiêu.

b) Đặt vỏ chúc mừng lên đĩa và múc kem chua lên trên.

c) Che phủ bằng rau diếp tảng băng trôi và bít tết thái lát. Múc xa lát củ cải lên miếng bít tết và rắc lá ngò.

d) Ăn kèm với chanh.

42.Thịt bò lok lak

THÀNH PHẦN:

- 350g thịt bò bít tết, thái lát mỏng theo thớ (hoặc sử dụng phần bạn thích)
- 3 muỗng canh nước tương
- 1 muỗng canh dầu hào
- 1 muỗng canh sốt cà chua
- 1 muỗng cà phê nước mắm
- 2 tép tỏi, thái lát
- 2 nắm lá xà lách mềm
- 2 quả cà chua chín, thái lát
- ¼ dưa chuột, thái lát
- 2 muỗng canh dầu thực vật
- 1 thìa cà phê bột ngô, trộn với 1 thìa cà phê nước lạnh thành hỗn hợp sệt
- trứng
- hành lá, tiêu đen mới xay thái lát mỏng

để thay đồ

- 1 muỗng cà phê hạt tiêu đen
- nước ép của 1 quả chanh
- 1 muỗng cà phê nước mắm
- 1 thìa cà phê đường

HƯỚNG DẪN:

a) Đặt các dải thịt bò vào một cái bát phi kim loại và thêm nước tương, dầu hào, sốt cà chua, nước mắm, tỏi và một ít tiêu đen xay.

b) Khuấy kỹ để trộn đều, dùng màng bọc thực phẩm bọc lại và để trong tủ lạnh ướp tối thiểu 2 tiếng, hoặc lý tưởng nhất là qua đêm.

c) Làm nước chấm bằng cách nghiền hạt tiêu trong máy xay gia vị hoặc chày và cối cho đến khi nghiền mịn. Trộn nước cốt chanh, nước mắm và đường vào, khuấy đều cho đến khi đường tan. Để qua một bên.

d) Xếp xà lách, cà chua và dưa chuột lên 2 đĩa.

e) Đun nóng 1 thìa dầu trong chảo cho đến khi bốc khói thì cho thịt bò vào xào trong vài phút cho đến khi gần chín theo ý thích. Khuấy nhanh hỗn hợp bột ngô và đun sôi ở nhiệt độ cao thêm một phút nữa. Tắt lửa dưới chảo và giữ ấm.

f) Thêm lượng dầu còn lại vào chảo rán và đặt trên lửa vừa cao. Khi trứng còn nóng, đập trứng vào và chiên cho đến khi chín theo ý thích của bạn.

g) Xếp thịt bò lên trên mỗi đĩa xa lát và đặt một quả trứng chiên lên trên. Rắc hành lá lên trên, rưới lên nước sốt và dùng ngay.

43.Xa lát bít tết nướng với giấm Balsamic

THÀNH PHẦN:

- 1 lb bít tết sườn hoặc bít tết thăn
- Muối và hạt tiêu cho vừa ăn
- 6 chén xa lát trộn rau xanh
- 1 cốc cà chua bi, giảm một nửa
- 1/2 củ hành đỏ, thái lát mỏng
- 1/4 chén phô mai xanh hoặc phô mai feta vụn
- 1/4 chén quả óc chó cắt nhỏ, nướng
- Đối với dầu giấm balsamic:
- 1/4 chén giấm balsamic
- 1/3 chén dầu ô liu
- 1 muỗng canh mù tạt Dijon
- 1 thìa cà phê mật ong
- Muối và hạt tiêu cho vừa ăn

HƯỚNG DẪN:

a) Làm nóng lò nướng ở nhiệt độ cao. Nêm thật nhiều muối và hạt tiêu vào miếng bít tết.

b) Nướng bít tết trong 4-5 phút mỗi mặt đối với thịt tái vừa hoặc cho đến khi đạt độ chín mong muốn. Lấy ra khỏi vỉ nướng và để yên trong 5 phút trước khi cắt.

c) Trong một bát nhỏ, trộn giấm balsamic, dầu ô liu, mù tạt Dijon, mật ong, muối và hạt tiêu để làm nước sốt giấm.

d) Trong một tô lớn, trộn các loại rau trộn xa lát, cà chua bi và các lát hành tây đỏ với dầu giấm balsamic.

e) Sắp xếp món xa lát lên đĩa phục vụ. Phủ lên trên miếng bít tết nướng cắt lát, phô mai vụn và quả óc chó nướng. Phục vụ ngay lập tức.

44.Xa lát thăn lợn nướng với Nước xốt xoài

THÀNH PHẦN:

- 1 lb thăn lợn
- Muối và hạt tiêu cho vừa ăn
- 6 chén xa lát trộn rau xanh
- 1 quả xoài, thái hạt lựu
- 1/2 quả ớt chuông đỏ, thái hạt lựu
- 1/4 củ hành đỏ, thái nhỏ
- 1 quả ớt jalapeño, bỏ hạt và băm nhỏ
- Nước ép 1 quả chanh
- 2 muỗng canh rau mùi tươi xắt nhỏ
- 2 muỗng canh dầu ô liu

HƯỚNG DẪN:

a) Làm nóng lò nướng ở nhiệt độ trung bình cao. Ướp thịt thăn lợn với muối và hạt tiêu.

b) Nướng thăn lợn trong 15-20 phút, thỉnh thoảng quay cho đến khi nhiệt độ bên trong đạt 145°F (63°C). Lấy ra khỏi vỉ nướng và để yên trong 5 phút trước khi cắt.

c) Trong một cái bát, trộn xoài thái hạt lựu, ớt chuông đỏ thái hạt lựu, hành đỏ xắt nhỏ, ớt jalapeño băm, nước cốt chanh, ngò cắt nhỏ và dầu ô liu để làm nước xốt xoài.

d) Sắp xếp các loại rau trộn xa lát trên đĩa phục vụ. Phủ lên trên thịt thăn lợn nướng cắt lát và nước xốt xoài. Phục vụ ngay lập tức.

45.Xa lát thịt cừu nướng với sốt sữa chua Hy Lạp

THÀNH PHẦN:

- 1 lb sườn cừu hoặc thăn cừu
- Muối và hạt tiêu cho vừa ăn
- 6 chén xa lát trộn rau xanh
- 1 quả dưa chuột, thái hạt lựu
- 1 cốc cà chua bi, giảm một nửa
- 1/4 chén phô mai feta vụn
- Đối với nước sốt sữa chua Hy Lạp:
- 1/2 cốc sữa chua Hy Lạp
- 2 thìa nước cốt chanh
- 1 muỗng canh dầu ô liu
- 1 tép tỏi, băm nhỏ
- 1 muỗng canh thì là tươi xắt nhỏ
- Muối và hạt tiêu cho vừa ăn

HƯỚNG DẪN:

a) Làm nóng lò nướng ở nhiệt độ trung bình cao. Ướp sườn cừu hoặc thăn cừu với muối và tiêu.

b) Nướng sườn cừu hoặc thăn cừu trong 3-4 phút mỗi mặt ở mức chín tái vừa hoặc cho đến khi đạt độ chín mong muốn. Lấy ra khỏi vỉ nướng và để chúng nghỉ trong 5 phút trước khi cắt.

c) Trong một bát nhỏ, trộn đều sữa chua Hy Lạp, nước cốt chanh, dầu ô liu, tỏi băm, thì là tươi xắt nhỏ, muối và hạt tiêu để làm nước sốt.

d) Sắp xếp các loại rau trộn xa lát trên đĩa phục vụ. Phủ dưa chuột thái hạt lựu, cà chua bi cắt đôi và phô mai feta vụn lên trên.

e) Đặt thịt cừu nướng thái lát lên trên món xa lát và rưới nước sốt sữa chua Hy Lạp. Phục vụ ngay lập tức.

46.Xa lát bò nướng sốt Chimichurri

THÀNH PHẦN:

- 1 lb thịt bò bít tết hoặc bít tết sườn
- Muối và hạt tiêu cho vừa ăn
- 6 chén xa lát trộn rau xanh
- 1 chén ớt chuông thái lát (các loại màu sắc)
- 1/2 củ hành đỏ, thái lát mỏng
- 1/4 chén mùi tây tươi xắt nhỏ
- Đối với nước sốt chimichurri:
- 1 chén lá mùi tây tươi
- 1/4 chén lá ngò tươi
- 3 tép tỏi
- 1/4 chén giấm rượu vang đỏ
- 1/2 chén dầu ô liu
- Muối và hạt tiêu cho vừa ăn

HƯỚNG DẪN:

a) Làm nóng lò nướng ở nhiệt độ trung bình cao. Nêm bít tết bò hoặc bít tết sườn với muối và hạt tiêu.

b) Nướng bít tết trong 4-5 phút mỗi mặt đối với thịt tái vừa hoặc cho đến khi đạt độ chín mong muốn. Lấy ra khỏi vỉ nướng và để yên trong 5 phút trước khi cắt.

c) Trong máy xay thực phẩm, trộn lá mùi tây tươi, lá ngò tươi, tỏi, giấm rượu vang đỏ, dầu ô liu, muối và tiêu. Xung cho đến khi kết hợp tốt để làm nước sốt chimichurri.

d) Sắp xếp các loại rau trộn xa lát trên đĩa phục vụ. Phủ ớt chuông thái lát, hành đỏ thái mỏng và rau mùi tây tươi cắt nhỏ lên trên.

e) Cắt lát thịt bò nướng và đặt lên trên món xa lát. Rưới nước sốt chimichurri lên thịt bò và xa lát. Phục vụ ngay lập tức.

47.Bít tết nướng và Xa lát cà chua

THÀNH PHẦN:

- 1 lb bít tết sườn hoặc bít tết thăn
- Muối và hạt tiêu cho vừa ăn
- 2 muỗng canh dầu ô liu
- 4 quả cà chua lớn, thái lát
- 4 chén xa lát trộn rau xanh
- 1/4 chén phô mai xanh vụn
- Sốt dấm Balsamic

HƯỚNG DẪN:

a) Làm nóng lò nướng ở nhiệt độ cao. Nêm bít tết với muối, hạt tiêu và dầu ô liu.

b) Nướng bít tết trong 4-5 phút mỗi mặt đối với thịt tái vừa hoặc cho đến khi đạt độ chín mong muốn. Để yên trong 5 phút trước khi cắt.

c) Xếp rau trộn xa lát và cà chua thái lát lên đĩa phục vụ.

d) Cắt miếng bít tết nướng mỏng theo thớ và đặt lên trên món xa lát.

e) Rắc phô mai xanh vụn lên món xa lát.

f) Rưới nước sốt giấm balsamic. Phục vụ ngay lập tức.

48.Thăn lợn nướng và xa lát đào

THÀNH PHẦN:

- 1 lb thăn lợn
- Muối và hạt tiêu cho vừa ăn
- 2 muỗng canh dầu ô liu
- 2 quả đào, cắt đôi và bỏ hạt
- 4 chén xa lát trộn rau xanh
- 1/4 cốc hồ đào nướng
- 1/4 chén phô mai feta vụn
- Sốt balsamic mật ong

HƯỚNG DẪN:

a) Làm nóng lò nướng ở nhiệt độ trung bình cao. Ướp thịt thăn lợn với muối, tiêu và dầu ô liu.

b) Nướng thăn lợn trong 15-20 phút, thỉnh thoảng quay cho đến khi nhiệt độ bên trong đạt 145°F (63°C). Để yên trong 5 phút trước khi cắt.

c) Quét dầu ô liu lên nửa quả đào và nướng trong 2-3 phút mỗi mặt cho đến khi xuất hiện vết nướng. Đào thái lát.

d) Sắp xếp các loại rau trộn xa lát trên đĩa phục vụ. Đặt thăn lợn thái lát và lát đào nướng lên trên.

e) Rắc quả hồ đào nướng và phô mai feta vụn lên món xa lát.

f) Rưới nước sốt balsamic mật ong. Phục vụ ngay lập tức.

49.Thịt cừu nướng và xa lát couscous

THÀNH PHẦN:

- 4 miếng sườn cừu
- Muối và hạt tiêu cho vừa ăn
- 2 muỗng canh dầu ô liu
- 1 cốc couscous
- 1 1/4 chén nước luộc rau
- 4 chén lá rau bina non
- 1/4 cốc quả nam việt quất khô
- 1/4 chén phô mai dê vụn
- Nước sốt chanh

HƯỚNG DẪN:

a) Làm nóng lò nướng ở nhiệt độ trung bình cao. Ướp sườn cừu với muối, tiêu và dầu ô liu.

b) Nướng sườn cừu trong 3-4 phút mỗi mặt ở mức chín tái vừa hoặc cho đến khi đạt độ chín mong muốn. Hãy để họ nghỉ ngơi trong 5 phút trước khi phục vụ.

c) Trong nồi, đun sôi nước luộc rau. Khuấy couscous, đậy nắp và tắt bếp. Để yên trong 5 phút, sau đó dùng nĩa đánh tơi.

d) Xếp lá rau bina non vào đĩa phục vụ. Top với couscous nấu chín.

e) Đặt sườn cừu nướng lên trên couscous. Rắc quả nam việt quất khô và phô mai dê vụn lên món xa lát.

f) Rưới nước sốt chanh. Phục vụ ngay lập tức.

50.Kabob thịt bò nướng và xa lát Hy Lạp

THÀNH PHẦN:

- 1 lb thăn bò, cắt thành khối 1 inch
- Muối và hạt tiêu cho vừa ăn
- 2 muỗng canh dầu ô liu
- 1 củ hành đỏ, cắt thành múi
- 1 quả ớt chuông đỏ, cắt thành khối
- 1 quả ớt chuông xanh, cắt thành khối
- 1 quả dưa chuột, thái hạt lựu
- 1 cốc cà chua bi, giảm một nửa
- 1/2 chén ô liu Kalamata, bỏ hạt
- 1/4 chén phô mai feta vụn
- nước sốt kiểu Hy Lạp

HƯỚNG DẪN:

a) Làm nóng lò nướng ở nhiệt độ trung bình cao. Ướp thịt bò với muối, hạt tiêu và dầu ô liu.

b) Xiên các khối thịt bò vào xiên, xen kẽ với hành tây đỏ và ớt chuông cắt miếng.

c) Nướng kabob thịt bò trong 8-10 phút, thỉnh thoảng quay cho đến khi thịt bò chín tới độ chín mong muốn và rau củ mềm.

d) Trong một tô lớn, trộn dưa chuột thái hạt lựu, cà chua bi cắt đôi, ô liu Kalamata và phô mai feta vụn.

e) Sắp xếp kabob thịt bò nướng trên đĩa phục vụ. Ăn kèm với xa lát Hy Lạp, rưới nước sốt Hy Lạp. Thưởng thức!

XA LÁT GIA CẦM NƯỚNG

51.Xa lát Caribe nướng ớt

THÀNH PHẦN:

- ¼ cốc mù tạt Dijon
- ¼ cốc mật ong
- 1½ thìa đường
- 1 muỗng canh dầu mè
- 1½ muỗng canh giấm táo
- 1½ thìa nước cốt chanh
- 2 quả cà chua vừa phải , thái hạt lựu
- ½ chén hành tây Tây Ban Nha, thái hạt lựu
- 2 muỗng cà phê hạt tiêu Jalapeno, bỏ hạt và
- ;bỏ gân
- 2 muỗng cà phê rau mùi, thái nhỏ
- nhúm muối
- 4 nửa ức gà,
- ;không xương và không da
- ½ cốc nước muối Teriyaki
- 4 chén rau diếp Iceberg, thái hạt lựu
- 4 chén rau diếp lá xanh, thái hạt lựu
- 1 chén bắp cải đỏ, thái hạt lựu
- 1 lon Dứa ép lấy nước, để ráo nước (lon 5,5 oz)
- 10 miếng bánh tortilla

HƯỚNG DẪN:

a) Làm nước sốt bằng cách trộn tất cả nguyên liệu vào một đĩa nhỏ bằng máy trộn điện. Che và thư giãn.
b) Làm món Pico de Gallo bằng cách kết hợp tất cả nguyên liệu vào một chiếc đĩa nhỏ. Che và thư giãn.
c) Ướp gà trong teriyaki ít nhất 2 tiếng. Cho gà vào túi và đổ nước muối vào, sau đó trộn vào tủ lạnh.
d) Chuẩn bị sẵn thịt nướng hoặc Làm nóng lò nướng. Nướng gà từ 4 đến 5 phút mỗi mặt hoặc nhiều hơn cho đến khi chín.
e) Trộn rau diếp và bắp cải với nhau, sau đó chia rau xanh thành 2 đĩa xa lát lớn.
f) Chia pico de gallo và đổ thành 2 phần chẵn trên rau xanh.
g) Chia dứa và rắc nó lên món xa lát.
h) Chia bánh tortilla thành từng miếng lớn và rắc một nửa lên mỗi món xa lát.
i) Cắt ức gà nướng thành từng dải mỏng và phết một nửa dải lên mỗi món xa lát.
j) Đổ nước sốt ra 2 đĩa nhỏ và dùng kèm xa lát.

52.Quả táo Gỏi Xoài Gà Nướng

THÀNH PHẦN:

- 2 muỗng canh giấm rượu gạo
- 1 thìa hẹ tươi; thái hạt lựu
- 1 thìa gừng tươi; nạo
- ½ thìa muối
- ¼ thìa cà phê Tiêu xay tươi
- 1 muỗng canh dầu hướng dương
- ½ thìa muối
- ¼ thìa cà phê Tiêu xay tươi
- ¼ thìa cà phê thì là
- 1 nhúm ớt đỏ xay
- 4 Không xương; nửa ức gà không da
- Xịt nấu rau
- 8 chén rau trộn xa lát
- 1 quả xoài lớn; bóc vỏ và phân đoạn
- 2 quả táo Golden Delicious; gọt vỏ, bỏ lõi, thái mỏng
- ¼ chén hạt hướng dương
- Bánh mì dẹt mè; (không bắt buộc)

HƯỚNG DẪN:

a) Làm nước sốt gừng: Trộn giấm, hẹ, gừng, muối và tiêu vào đĩa nhỏ; từ từ đánh đều trong dầu. Làm ¼ cốc.

b) Trộn muối, hạt tiêu, thì là và ớt đỏ vào cốc. té nước lên cả hai mặt của con gà. Phủ nhẹ chảo nướng nặng hoặc vỉ nướng gang bằng bình xịt nấu rau

c) Đun nóng từ 1 đến 2 phút ở nhiệt độ vừa phải - cao

d) Nấu gà từ 5 đến 6 phút mỗi mặt cho đến khi chín. Chuyển sang thớt.

e) Trộn các phần rau xanh, xoài và táo với 3 muỗng canh nước sốt. Xếp xa lát vào 4 đĩa ăn riêng.

f) Cắt thịt gà và chia đều trên rau xanh; rưới 1 thìa nước sốt còn lại lên thịt gà. rắc 1 thìa hạt hướng dương lên mỗi món xa lát.

g) Ăn kèm với bánh mì dẹt mè nếu muốn.

53. Gà Nướng & Khoai Tây Mới

THÀNH PHẦN:

- 2 Ức gà rút xương
- 3 muỗng canh dầu ô liu
- 8 củ khoai tây nhỏ mới cắt đôi
- Muối và mới xay
- Hạt tiêu
- 6 tép tỏi nướng
- Sáu bánh bột mì 6 inch
- ½ cốc phô mai Monterey Jack
- ½ cốc phô mai Cheddar trắng
- 2 thìa húng tây tươi
- 2 thìa dầu thực vật

HƯỚNG DẪN:

a) Làm nóng lò nướng. Quét ức gà với 1 thìa dầu ô liu rồi nêm muối và tiêu cho vừa ăn.

b) Nướng ức mỗi bên trong 4 đến 5 phút, Lấy ra và để yên.

c) Trộn khoai tây với dầu ô liu còn lại và nêm muối và hạt tiêu cho vừa ăn. Nướng mặt thịt từ 2 đến 3 phút cho đến khi có màu vàng nâu, lật mặt và tiếp tục nấu cho đến khi mềm.

d) Đặt 4 chiếc bánh ngô lên khay nướng không phết dầu mỡ

e) Trải mỗi chiếc bánh tortilla với 2 thìa phô mai, 4 miếng thịt gà, 1 tép tỏi và 4 nửa củ khoai tây. rải từng chiếc bánh tortilla với húng tây tươi.

f) Xếp chồng 2 lớp lên nhau và phủ 2 chiếc bánh ngô còn lại lên. Quét dầu thực vật lên mặt trên của bánh ngô, đặt mặt dầu xuống vỉ nướng.

g) Chiên một mặt cho đến khi vàng nâu thì lật lại và tiếp tục chiên cho đến khi phô mai tan chảy.

h) Cắt thành từng phần tư và phục vụ ngay lập tức.

54.Xa lát gà nướng và đậu xanh

THÀNH PHẦN:

- 2 thìa tỏi băm
- 2 thìa gừng tươi; gọt vỏ và xay
- 1 thìa cà phê thì là xay
- ½ thìa muối
- ¼ thìa cà phê ớt đỏ xay
- 4 Nửa ức gà bỏ da và xương
- 2 lon đậu xanh (15 ounce); rửa sạch và để ráo nước
- ½ cốc sữa chua nguyên chất
- ½ cốc kem chua
- 1 thìa bột cà ri
- 1 thìa nước cốt chanh
- ½ thìa muối
- 1 quả ớt chuông đỏ; thái hạt lựu
- ¼ chén hành tây sa khoáng; thái hạt lựu
- 2 quả ớt Jalapeno; bỏ hạt và băm nhỏ
- 2 thìa ngò tươi; thái hạt lựu
- 2 thìa bạc hà tươi; thái hạt lựu
- 3 chén rau bina tươi; bị rách
- 3 chén rau diếp bibb đầu đỏ; bị rách
- 2 thìa nước cốt chanh
- 1 muỗng canh dầu cà ri nóng

HƯỚNG DẪN:

a) Trộn 5 thành phần đầu tiên ; văng khắp các mặt của ức gà.
b) Che và làm lạnh 1 giờ
c) Khuấy đậu xanh và 10 nguyên liệu tiếp theo ; che đậy và thư giãn. Nướng gà, đậy nắp nướng, ở nhiệt độ vừa phải - cao (350° đến 400°) 5 phút mỗi mặt. Cắt thành các đoạn dày ½ inch. Giữ ấm. Trộn rau bina và rau diếp trong một đĩa lớn.
d) Trộn đều nước cốt chanh và dầu cà ri; té nước lên rau xanh và trộn nhẹ nhàng.
e) Sắp xếp đều trên 4 đĩa Phần ; phủ đều xa lát đậu xanh và ức gà cắt khúc lên trên.

55.Xa lát Thổ Nhĩ Kỳ nướng và Diêm mạch nam việt quất

THÀNH PHẦN:

- 1 lb ức gà tây, không xương và không da
- 1 cốc quinoa, rửa sạch
- 2 chén nước luộc gà
- 1/2 cốc quả nam việt quất khô
- 1/4 chén hạnh nhân cắt lát, nướng
- 4 chén xa lát trộn rau xanh
- 2 muỗng canh dầu ô liu
- 1 muỗng canh giấm balsamic
- Muối và hạt tiêu cho vừa ăn

HƯỚNG DẪN:

a) Làm nóng lò nướng ở nhiệt độ trung bình cao. Ướp ức gà tây với muối và hạt tiêu.

b) Nướng ức gà tây trong 6-8 phút mỗi mặt hoặc cho đến khi chín đều và không còn màu hồng ở giữa. Hãy để nó nghỉ ngơi trong vài phút trước khi cắt.

c) Trong một cái chảo vừa, đun sôi nước luộc gà. Thêm quinoa, giảm nhiệt xuống thấp, đậy nắp và đun nhỏ lửa trong 15-20 phút hoặc cho đến khi quinoa chín và chất lỏng được hấp thụ. Tắt bếp và để nguội một chút.

d) Trong một tô lớn, trộn quinoa nấu chín, quả nam việt quất khô và hạnh nhân cắt lát.

e) Trong một bát nhỏ, trộn dầu ô liu và giấm balsamic để làm nước sốt.

f) Sắp xếp các loại rau trộn xa lát vào đĩa phục vụ. Phủ hỗn hợp quinoa và ức gà tây nướng cắt lát lên trên.

g) Rưới nước sốt lên món xa lát. Thưởng thức khi còn nóng hoặc ở nhiệt độ phòng.

56.Gà Nướng Sa Lát Ca mổ

THÀNH PHẦN:

- 2 ức gà không xương, không da
- 1 muỗng canh dầu ô liu
- Muối và hạt tiêu cho vừa ăn
- 1 đầu rau diếp romaine, xắt nhỏ
- 1/4 chén phô mai Parmesan bào
- 1/2 cốc bánh mì nướng
- Sốt Ca mổ (mua ở cửa hàng hoặc tự làm)

HƯỚNG DẪN:

a) Làm nóng lò nướng ở nhiệt độ trung bình cao. Chải ức gà với dầu ô liu và nêm muối và hạt tiêu.

b) Nướng ức gà trong 6-8 phút mỗi mặt hoặc cho đến khi chín đều và không còn màu hồng ở giữa. Để chúng nghỉ ngơi vài phút trước khi cắt.

c) Trong một tô lớn, trộn rau diếp romaine cắt nhỏ, phô mai Parmesan bào và bánh mì nướng.

d) Cắt ức gà nướng và xếp chúng lên trên món xa lát.

e) Rưới nước sốt Ca mổ lên món xa lát. Quăng để kết hợp và phục vụ ngay lập tức.

57.Ức Vịt Nướng Và Xa lát Quả Dâu

THÀNH PHẦN:

- 2 ức vịt
- Muối và hạt tiêu cho vừa ăn
- 4 chén xa lát trộn rau xanh
- 1 cốc quả mọng tươi (như dâu tây, quả mâm xôi, quả việt quất)
- 1/4 cốc hồ đào nướng
- 2 muỗng canh giấm balsamic
- 1 thìa mật ong
- 2 muỗng canh dầu ô liu

HƯỚNG DẪN:

a) Làm nóng lò nướng ở nhiệt độ trung bình cao. Chấm da ức vịt theo hình chữ thập. Nêm với muối và hạt tiêu.

b) Nướng ức vịt, úp mặt da xuống trong 5-6 phút. Lật và nướng thêm 3-4 phút hoặc cho đến khi đạt độ chín mong muốn. Để chúng nghỉ ngơi vài phút trước khi cắt.

c) Trong một tô lớn, trộn các loại rau trộn xa lát, quả mọng tươi và quả hồ đào nướng.

d) Trong một bát nhỏ, trộn giấm balsamic, mật ong và dầu ô liu để làm nước sốt.

e) Cắt ức vịt nướng và xếp chúng lên trên món xa lát. Rưới nước sốt lên và dùng ngay.

58.Gà nướng chanh thảo mộc và xa lát couscous

THÀNH PHẦN:

- 2 ức gà không xương, không da
- Vỏ và nước cốt của 1 quả chanh
- 2 muỗng canh dầu ô liu
- 2 tép tỏi, băm nhỏ
- 1 muỗng cà phê húng tây khô
- Muối và hạt tiêu cho vừa ăn
- 1 chén couscous, nấu chín
- 1 cốc cà chua bi, giảm một nửa
- 1/4 chén mùi tây tươi xắt nhỏ
- 1/4 chén phô mai feta vụn
- 2 muỗng canh hạnh nhân cắt lát, nướng

HƯỚNG DẪN:

a) Làm nóng lò nướng ở nhiệt độ trung bình cao. Trong một bát nhỏ, trộn vỏ chanh, nước cốt chanh, dầu ô liu, tỏi băm, húng tây khô, muối và hạt tiêu.

b) Quét ức gà với nước xốt thảo mộc chanh. Nướng gà trong 6-8 phút mỗi mặt hoặc cho đến khi chín đều và không còn màu hồng ở giữa. Để chúng nghỉ ngơi vài phút trước khi cắt.

c) Trong một tô lớn, kết hợp couscous nấu chín, cà chua bi cắt đôi, rau mùi tây tươi xắt nhỏ, phô mai feta vụn và hạnh nhân cắt lát.

d) Cắt ức gà nướng và xếp chúng lên trên món xa lát couscous. Thưởng thức khi còn nóng hoặc ở nhiệt độ phòng.

59.Thổ Nhĩ Kỳ nướng và xa lát nam việt quất

THÀNH PHẦN:

- 1 lb ức gà tây, thái lát mỏng
- 6 chén xa lát trộn rau xanh
- 1/2 cốc quả nam việt quất khô
- 1/4 chén hồ đào xắt nhỏ, nướng
- 1/4 chén phô mai feta vụn
- 2 muỗng canh dầu ô liu
- 2 muỗng canh giấm balsamic
- 1 thìa mật ong
- Muối và hạt tiêu cho vừa ăn

HƯỚNG DẪN:

a) Làm nóng lò nướng ở nhiệt độ trung bình cao. Nướng các lát ức gà tây trong 3-4 phút mỗi mặt hoặc cho đến khi chín.

b) Trong một bát nhỏ, trộn đều dầu ô liu, giấm balsamic, mật ong, muối và hạt tiêu để làm nước sốt.

c) Sắp xếp các loại rau trộn xa lát trên đĩa phục vụ. Phủ lên trên những lát gà tây nướng, quả nam việt quất khô, quả hồ đào nướng và phô mai feta vụn.

d) Rưới nước sốt lên món xa lát. Phục vụ ngay lập tức.

60.Xa lát Vịt Nướng Và Cam

THÀNH PHẦN:

- 2 ức vịt
- 6 chén xa lát trộn rau xanh
- 2 quả cam, gọt vỏ và cắt múi
- 1/4 chén quả óc chó nướng, cắt nhỏ
- 2 muỗng canh dầu ô liu
- 2 muỗng canh giấm balsamic
- Muối và hạt tiêu cho vừa ăn

HƯỚNG DẪN:

a) Làm nóng lò nướng ở nhiệt độ trung bình cao. Cắt da ức vịt và nêm muối và hạt tiêu.

b) Nướng ức vịt, để mặt da úp xuống trong 6-8 phút. Lật và nướng thêm 4-6 phút hoặc cho đến khi đạt độ chín mong muốn.

c) Để vịt nghỉ vài phút rồi thái mỏng.

d) Trong một bát nhỏ, trộn đều dầu ô liu, giấm balsamic, muối và hạt tiêu để làm nước sốt.

e) Sắp xếp các loại rau trộn xa lát trên đĩa phục vụ. Đặt vịt nướng thái lát, múi cam và quả óc chó nướng lên trên.

f) Rưới nước sốt lên món xa lát. Phục vụ ngay lập tức.

61.Xa lát gà nướng chanh thảo mộc

THÀNH PHẦN:

- 2 ức gà không xương, không da
- 6 chén xa lát trộn rau xanh
- 1 cốc cà chua bi, giảm một nửa
- 1/4 chén hành đỏ thái lát
- 1/4 chén phô mai feta vụn
- 2 muỗng canh mùi tây tươi xắt nhỏ
- Nước ép của 1 quả chanh
- 2 muỗng canh dầu ô liu
- 1 tép tỏi, băm nhỏ
- Muối và hạt tiêu cho vừa ăn

HƯỚNG DẪN:

a) Làm nóng lò nướng ở nhiệt độ trung bình cao. Ướp ức gà với muối, tiêu và rau mùi tây tươi xắt nhỏ.

b) Nướng ức gà trong 6-8 phút mỗi mặt hoặc cho đến khi chín đều và không còn màu hồng ở giữa.

c) Để gà nghỉ vài phút rồi thái mỏng.

d) Trong một bát nhỏ, trộn nước cốt chanh, dầu ô liu, tỏi băm, muối và hạt tiêu để làm nước sốt.

e) Sắp xếp các loại rau trộn xa lát trên đĩa phục vụ. Phủ thịt gà nướng thái lát, cà chua bi, hành tím thái lát và phô mai feta vụn lên trên.

f) Rưới nước sốt lên món xa lát. Phục vụ ngay lập tức.

XA LÁT MỲ Ý NƯỚNG

62.Xa lát mì chay Fusilli nướng

THÀNH PHẦN:

XA LÁT Mỳ ống

- 1 pound fusilli
- 2 chén ớt chuông đỏ và vàng nướng thái hạt lựu
- 2 cốc cà chua bi cắt đôi
- 2 chén hành tây nướng thái hạt lựu
- 2 chén giấm rượu vang đỏ

RƯỢU VANG ĐỎ

- 1 cốc dầu ô liu nguyên chất
- ⅓ giấm rượu vang đỏ
- 2 muỗng canh nước
- 4 tép tỏi, băm nhuyễn
- 2 thìa cà phê mù tạt Dijon
- 2 thìa cà phê lá oregano khô
- 2 thìa cà phê hành tây băm
- 1 nhúm ớt xay nhuyễn
- 2 thìa cà phê muối kosher
- 1 thìa cà phê tiêu đen mới xay
- 2 thìa mật ong

HƯỚNG DẪN:

RƯỢU RƯỢU VANG ĐỎ:

a) Kết hợp tất cả các thành phần trong một hộp có nắp đậy kín.
b) Lắc đều và bảo quản trong tủ lạnh cho đến khi cần.

XA LÁT Mỳ ống

c) Chuẩn bị mì ống theo hướng dẫn trên bao bì.
d) Sau khi nấu, lọc fusilli và làm nguội trong nước lạnh để dừng quá trình nấu.
e) Chuyển mì ống vào tô lớn và trộn các nguyên liệu còn lại.
f) Trộn kỹ, sau đó để qua đêm.

63.Xa lát rau nướng và mì ống Pesto

THÀNH PHẦN:

- 2 chén mì ống fusilli, nấu chín và để nguội
- 1 quả bí xanh, thái lát
- 1 quả ớt chuông đỏ, thái lát
- 1 quả ớt chuông vàng, thái lát
- 1 cốc cà chua bi, giảm một nửa
- 1/2 chén hành đỏ, thái lát mỏng
- 1/4 chén nước sốt pesto
- 2 muỗng canh dầu ô liu
- Muối và hạt tiêu cho vừa ăn
- Phô mai Parmesan bào để trang trí

HƯỚNG DẪN:

a) Trộn bí xanh, ớt chuông đỏ và vàng với dầu ô liu, muối và tiêu.
b) Nướng rau cho đến khi chúng có vết nướng và mềm.
c) Trong một tô lớn, trộn mì ống, rau củ nướng, cà chua bi và hành đỏ.
d) Thêm nước sốt pesto và đảo đều cho đến khi phủ đều.
e) Trang trí với phô mai Parmesan bào.
f) Làm lạnh ít nhất 1 giờ trước khi phục vụ.

64.Xa lát mì ống Ca mổ gà nướng

THÀNH PHẦN:

- 2 chén mì ống penne, nấu chín và để nguội
- 1 lb ức gà, nướng và thái lát
- 1 cốc cà chua bi, giảm một nửa
- 1/2 chén ô liu đen, thái lát
- 1/4 chén hành đỏ, thái nhỏ
- 1/2 chén nước sốt Ca mổ
- 1/4 chén phô mai Parmesan bào
- Rau mùi tây tươi để trang trí

HƯỚNG DẪN:

a) Nướng ức gà cho đến khi chín hoàn toàn rồi thái lát.
b) Trong một tô lớn, trộn mì ống, gà nướng, cà chua bi, ô liu đen và hành đỏ.
c) Thêm nước sốt Ca mổ và trộn đều cho đến khi hòa quyện.
d) Rắc phô mai Parmesan bào và trang trí với rau mùi tây tươi.
e) Làm lạnh ít nhất 1 giờ trước khi phục vụ.

65.Xa lát Pasta Tôm Nướng Và Bơ

THÀNH PHẦN:

- 2 chén mì ống rotini, nấu chín và để nguội
- 1 lb tôm lớn, nướng
- 1 quả bơ, thái hạt lựu
- 1 cốc cà chua bi, giảm một nửa
- 1/4 chén hành đỏ, thái nhỏ
- 1/4 chén ngò, xắt nhỏ
- Nước ép của 2 quả chanh
- 2 muỗng canh dầu ô liu
- Muối và hạt tiêu cho vừa ăn

HƯỚNG DẪN:

a) Nướng tôm cho đến khi chúng đục và có vết nướng.
b) Trong một tô lớn, trộn mì ống, tôm nướng, bơ thái hạt lựu, cà chua bi, hành tím và ngò.
c) Rắc nước cốt chanh và dầu ô liu, sau đó nêm muối và hạt tiêu.
d) Quăng cho đến khi kết hợp tốt.
e) Làm lạnh ít nhất 1 giờ trước khi phục vụ.

66.Xa lát rau mùa hè nướng và mì ống Feta

THÀNH PHẦN:

- 2 chén mì ống farfalle, nấu chín và để nguội
- 1 quả cà tím, thái lát
- 2 quả bí xanh, thái lát
- 1 cốc cà chua bi, giảm một nửa
- 1/2 chén phô mai feta vụn
- 1/4 chén húng quế tươi, xắt nhỏ
- 3 thìa canh dầu giấm balsamic
- Muối và hạt tiêu cho vừa ăn

HƯỚNG DẪN:

a) Trộn các lát cà tím và bí xanh với dầu ô liu, muối và tiêu.
b) Nướng rau cho đến khi chúng có vết nướng và mềm.
c) Trong một tô lớn, trộn mì ống, rau nướng, cà chua bi, phô mai feta và húng quế tươi.
d) Rắc dầu giấm balsamic và đảo cho đến khi được phủ đều.
e) Làm lạnh ít nhất 1 giờ trước khi phục vụ.

67.Xa lát Bắp Nướng Và Mỳ Đậu Đen

THÀNH PHẦN:

- 2 chén mì ống bowtie, nấu chín và để nguội
- 2 bắp ngô nướng bỏ hạt
- 1 lon (15 oz) đậu đen, rửa sạch và để ráo nước
- 1 quả ớt chuông đỏ, thái hạt lựu
- 1/4 chén hành đỏ, thái nhỏ
- 1/4 chén ngò tươi, xắt nhỏ
- Nước ép của 2 quả chanh
- 3 muỗng canh dầu ô liu
- 1 thìa cà phê thì là
- Muối và hạt tiêu cho vừa ăn

HƯỚNG DẪN:

a) Nướng ngô cho đến khi hạt có màu than đẹp thì loại bỏ hạt.
b) Trong một tô lớn, trộn mì ống, ngô nướng, đậu đen, ớt chuông đỏ, hành tím và ngò.
c) Trong một bát nhỏ, trộn đều nước cốt chanh, dầu ô liu, thì là, muối và hạt tiêu.
d) Đổ nước sốt lên hỗn hợp mì ống và trộn đều cho đến khi hòa quyện.
e) Làm lạnh ít nhất 1 giờ trước khi phục vụ.

68.Gà Nướng Và Xa lát Pesto Tortellini

THÀNH PHẦN:

- 2 chén tortellini ba màu, nấu chín và để nguội
- 1 lb ức gà nướng, thái lát
- 1 cốc cà chua bi, giảm một nửa
- 1/2 chén ớt đỏ nướng, xắt nhỏ
- 1/4 chén hạt thông, nướng
- 1/2 chén quả mozzarella tươi
- 1/3 chén húng quế
- 3 muỗng canh dầu ô liu nguyên chất
- Muối và hạt tiêu cho vừa ăn

HƯỚNG DẪN:

a) Trong một tô lớn, kết hợp bánh tortellini, gà nướng, cà chua bi, ớt đỏ nướng, hạt thông và viên mozzarella.
b) Trong một bát nhỏ, trộn đều húng quế và dầu ô liu.
c) Đổ nước sốt lên hỗn hợp mì ống và đảo cho đến khi phủ đều.
d) Nêm muối và hạt tiêu cho vừa ăn.
e) Làm lạnh ít nhất 1 giờ trước khi phục vụ.

69.Rau Nướng Và Xa lát Feta Orzo

THÀNH PHẦN:

- 2 chén mì orzo, nấu chín và để nguội
- 1 quả bí xanh, thái lát và nướng
- 1 quả ớt chuông đỏ, nướng và cắt nhỏ
- 1 quả ớt chuông vàng, nướng và cắt nhỏ
- 1/2 chén hành đỏ, nướng và thái nhỏ
- 1/2 chén phô mai feta vụn
- 1/4 chén húng quế tươi, xắt nhỏ
- 3 thìa canh dầu giấm balsamic
- Muối và hạt tiêu cho vừa ăn

HƯỚNG DẪN:

a) Nướng bí ngòi, ớt chuông đỏ và hành đỏ cho đến khi có vết nướng.
b) Trong một tô lớn, trộn mì ống orzo, rau nướng, phô mai feta và húng quế tươi.
c) Rắc dầu giấm balsamic và trộn đều cho đến khi hòa quyện.
d) Nêm muối và hạt tiêu cho vừa ăn.
e) Làm lạnh ít nhất 1 giờ trước khi phục vụ.

70.Gỏi Đậu Hủ Nướng Mè

THÀNH PHẦN:

- 2 cốc mì soba đã nấu chín và để nguội
- 1 khối đậu hủ siêu cứng, nướng và cắt hạt lựu
- 1 chén đậu Hà Lan, chần và thái lát
- 1/2 chén cà rốt thái nhỏ
- 1/4 chén hành lá, xắt nhỏ
- 2 muỗng canh hạt vừng, nướng
- 1/3 chén nước tương
- 2 muỗng canh dầu mè
- 1 muỗng canh giấm gạo
- 1 thìa mật ong

HƯỚNG DẪN:

a) Đậu phụ nướng cho đến khi có vết nướng thì cắt thành miếng vuông.

b) Trong một tô lớn, trộn mì soba, đậu phụ nướng, đậu Hà Lan, cà rốt thái nhỏ, hành lá và hạt vừng.

c) Trong một bát nhỏ, trộn đều nước tương, dầu mè, giấm gạo và mật ong.

d) Đổ nước sốt lên hỗn hợp mì và đảo cho đến khi phủ đều.

e) Làm lạnh ít nhất 1 giờ trước khi phục vụ.

71.Cá kiếm nướng và Xa lát Orzo

THÀNH PHẦN:

- 2 chén mì orzo, nấu chín và để nguội
- 1 lb bít tết cá kiếm, nướng và vẩy
- 1 cốc cà chua bi, giảm một nửa
- 1/2 chén dưa chuột, thái hạt lựu
- 1/4 chén ô liu Kalamata, thái lát
- 1/4 chén hành đỏ, thái nhỏ
- 1/2 chén phô mai feta vụn
- 1/3 chén nước sốt Hy Lạp
- Lá oregano tươi để trang trí
- Muối và hạt tiêu cho vừa ăn

HƯỚNG DẪN:

a) Nướng bít tết cá kiếm cho đến khi chín hẳn rồi vẩy.
b) Trong một tô lớn, trộn mì ống orzo, cá kiếm nướng, cà chua bi, dưa chuột, ô liu Kalamata, hành tím và phô mai feta.
c) Thêm nước sốt Hy Lạp và trộn đều.
d) Trang trí với lá oregano tươi.
e) Làm lạnh ít nhất 1 giờ trước khi phục vụ.

72.Xa lát Sò Điệp Nướng Và Măng Tây

THÀNH PHẦN:

- 2 chén mì ống bowtie, nấu chín và để nguội
- 1 lb sò điệp, nướng
- 1 chén măng tây, nướng và cắt nhỏ
- 1/4 cốc cà chua phơi nắng, cắt nhỏ
- 1/4 chén húng quế tươi, xắt nhỏ
- 3 muỗng canh dầu ô liu nguyên chất
- Nước ép của 2 quả chanh
- Muối và hạt tiêu cho vừa ăn

HƯỚNG DẪN:

a) Nướng sò điệp cho đến khi có vết nướng.
b) Nướng măng tây cho mềm rồi cắt thành miếng vừa ăn.
c) Trong một tô lớn, trộn mì ống, sò điệp nướng, măng tây nướng, cà chua phơi nắng và húng quế tươi.
d) Trong một bát nhỏ, trộn đều dầu ô liu và nước cốt chanh.
e) Đổ nước sốt lên hỗn hợp mì ống và trộn đều cho đến khi hòa quyện.
f) Nêm muối và hạt tiêu cho vừa ăn.
g) Làm lạnh ít nhất 1 giờ trước khi phục vụ.

CÁ NƯỚNG VÀ XA LÁT HẢI SẢN

73.Xa lát cá ngừ Tarragon nướng

THÀNH PHẦN:

- 1/2 chén dầu giấm nhẹ hoặc nước sốt xa lát kiểu Ý
- 1 muỗng cà phê. tarragon tươi cắt nhỏ
- 4 (6 oz. mỗi miếng) bít tết cá ngừ tươi, cắt dày 1/2 inch đến 3/4 inch
- 8 cốc (8 oz.) rau trộn xa lát
- 1 cốc cà chua (giọt nước, nho hoặc anh đào)
- 1/2 chén ớt chuông vàng
- 1-3/4 cốc (7 oz.) Phô mai Mozzarella & Asiago cắt nhỏ với tỏi nướng, chia thành từng phần

HƯỚNG DẪN:

a) Kết hợp nước sốt xa lát và tarragon. Múc 2 thìa nước sốt lên bít tết cá ngừ.
b) Nướng cá ngừ trên than lửa vừa phải trong 2 phút mỗi mặt hoặc cho đến khi chín vàng bên ngoài nhưng vẫn còn hồng ở giữa. Tránh nấu quá chín để tránh bị dai.
c) Kết hợp rau xà lách, cà chua, ớt chuông và 1 cốc phô mai vào tô lớn.
d) Thêm hỗn hợp nước sốt còn lại; ném tốt.
e) Chuyển sang đĩa phục vụ, đặt cá ngừ lên trên và rắc phô mai còn lại. Ăn kèm với hạt tiêu.

74.Xa lát cá ngừ nướng Nicoise

THÀNH PHẦN:

- 2 muỗng canh giấm sâm panh
- 1 muỗng canh tarragon cắt nhỏ
- 1 thìa cà phê mù tạt Dijon
- 1 củ hẹ nhỏ, thái nhỏ
- 1/2 thìa cà phê muối biển mịn
- 1/4 thìa cà phê tiêu đen xay
- 1/4 chén dầu ô liu
- 1 (1 pound) bít tết cá ngừ tươi hoặc đông lạnh và rã đông
- Xịt nấu ăn dầu ô liu
- 1 1/2 pound khoai tây mới nhỏ, luộc cho đến khi mềm và nguội
- 1/2 pound đậu xanh, gọt vỏ, đun sôi cho đến khi mềm và để nguội
- 1 cốc cà chua bi cắt đôi
- 1/2 chén ô liu Nicoise bỏ hạt
- 1/2 chén hành đỏ thái lát mỏng
- 1 quả trứng luộc chín, bóc vỏ và cắt thành từng miếng (tùy chọn)

HƯỚNG DẪN:

a) Trộn đều giấm, ngải giấm, Dijon, hẹ tây, muối và hạt tiêu. Từ từ cho dầu ô liu vào để làm nước sốt giấm.
b) Rưới 2 thìa dầu giấm lên bít tết cá ngừ, đậy nắp và để lạnh trong 30 phút.
c) Xịt dung dịch xịt nấu ăn lên vỉ nướng và làm nóng trước ở lửa vừa. Nướng cá ngừ cho đến khi chín tới độ chín mong muốn (5 đến 7 phút mỗi mặt).
d) Cắt cá ngừ thành từng miếng lớn. Xếp cá ngừ, khoai tây, đậu xanh, cà chua, ô liu, hành tây và trứng lên đĩa lớn. Ăn kèm với dầu giấm còn lại ở bên cạnh.

75.Xà Lách Và Cá Ngừ Nướng

THÀNH PHẦN:

Dấm VÔI:

- 6 muỗng canh nước cốt chanh
- 1,5 muỗng canh giấm rượu trắng
- 3 muỗng canh dầu ô liu
- 2 muỗng canh nước tương giảm natri
- Muối và hạt tiêu đen mới xay

CÁ NGỪ:

- 4 miếng cá ngừ bít tết (mỗi miếng từ 4 đến 5 oz)
- Phun xịt nonstick

XÀ LÁCH XANH:

- 8 chén hỗn hợp rau diếp Bibb và romaine
- 6 cây nấm nút lớn (thái lát)
- 1/4 chén hành lá thái lát
- 1 quả cà chua lớn (nêm)
- 1 lon đậu đen (rửa sạch, để ráo nước)

HƯỚNG DẪN:

a) Chuẩn bị nước sốt chanh đậu nành bằng cách trộn nước cốt chanh, giấm, dầu ô liu, nước tương, muối và hạt tiêu.

b) Xịt dung dịch xịt chống dính lên vỉ nướng và làm nóng trước ở mức trung bình cao. Nêm cá ngừ với muối và hạt tiêu.

c) Nướng cá ngừ trong 4-5 phút mỗi mặt. Cắt cá ngừ thành dải.

d) Trong một cái bát, kết hợp cá ngừ, nấm, hành lá và các loại rau khác với một nửa số dầu giấm.

e) Trong một bát xa lát riêng biệt, trộn rau diếp với dầu giấm còn lại. Xếp hỗn hợp cá ngừ và rau lên trên.

f) Tùy chọn: Rắc rau mùi xắt nhỏ lên trên. Món xa lát này tương tự như món Đậu mắt đen được phục vụ như thế này.

76.Xa lát mì ống với cá ngừ nướng và cà chua

THÀNH PHẦN:

- 8 quả cà chua mận, tổng cộng khoảng 1 1/4 lb, cắt đôi theo chiều dọc
- 2 muỗng canh. cộng thêm 1/2 chén dầu ô liu
- Muối và tiêu mới xay, vừa ăn
- 1 lb vỏ mì ống
- Phi lê cá ngừ 2 lb, mỗi miếng dày khoảng 3/4 inch
- 1 chén lá húng quế tươi đóng gói lỏng lẻo
- 3 muỗng canh. giấm rượu vang đỏ
- 1 lb phô mai mozzarella tươi, thái hạt lựu
- 1/4 chén mùi tây lá phẳng tươi xắt nhỏ

HƯỚNG DẪN:

a) Làm nóng lò nướng ở nhiệt độ 450°F. Chuẩn bị lửa nóng trong lò nướng.

b) Đặt cà chua lên khay nướng và trộn 1 muỗng canh. của dầu ô liu. Sắp xếp chúng, cắt các mặt lên trên tấm trải và nêm muối. Nướng cho đến khi mềm, khoảng 20 phút. Để nguội rồi cắt làm đôi theo chiều ngang.

c) Trong khi đó, mang một cái nồi lớn chứa đầy 3/4 nước muối vào đun sôi ở lửa lớn. Thêm mì ống và nấu cho đến khi al dente (mềm nhưng chắc khi cắn), khoảng 10 phút. Xả, rửa sạch dưới vòi nước lạnh và để ráo nước lần nữa. Để qua một bên.

d) Chải cả hai mặt của phi lê cá ngừ với 1 muỗng canh. của dầu. Mùa tốt với muối và hạt tiêu. Đặt trên giá nướng cách lửa từ 4 đến 6 inch và nướng cho đến khi có màu nâu nhạt, khoảng 3 phút. Lật và nấu thêm 3 đến 4 phút nữa ở mức vừa hoặc cho đến khi chín theo ý thích của bạn. Chuyển sang thớt, để nguội và cắt thành khối 3/4 inch.

e) Trong máy xay thực phẩm hoặc máy xay sinh tố, trộn lá húng quế và 1/2 chén dầu còn lại. Xung hoặc trộn cho đến khi cắt nhỏ thành hỗn hợp nhuyễn. Thêm giấm và nêm muối và hạt tiêu. Xung hoặc trộn cho đến khi kết hợp.

f) Trong một tô lớn, kết hợp mì ống, cà chua và bất kỳ loại nước ép tích lũy nào, cá ngừ, phô mai mozzarella, rau mùi tây và nước sốt húng quế.

g) Quăng nhẹ nhàng và phục vụ.

77.Xa lát cá hồi nướng với nước sốt chanh-thì là

THÀNH PHẦN:

- 2 phi lê cá hồi
- 6 chén xa lát trộn rau xanh
- 1 quả dưa chuột, thái lát
- 1/2 củ hành đỏ, thái lát mỏng
- 1/4 chén thì là tươi xắt nhỏ
- 1 quả chanh, thái lát
- Muối và hạt tiêu cho vừa ăn
- Đối với việc thay đồ:
- 1/4 chén dầu ô liu
- Nước ép của 1 quả chanh
- 2 thìa thì là tươi xắt nhỏ
- 1 thìa cà phê mù tạt Dijon
- Muối và hạt tiêu cho vừa ăn

HƯỚNG DẪN:

a) Làm nóng lò nướng ở nhiệt độ trung bình cao. Nêm phi lê cá hồi với muối, hạt tiêu và thì là tươi xắt nhỏ.

b) Nướng phi lê cá hồi trong 4-5 phút mỗi mặt hoặc cho đến khi chín và bong ra.

c) Trong một bát nhỏ, trộn đều dầu ô liu, nước cốt chanh, thì là tươi xắt nhỏ, mù tạt Dijon, muối và hạt tiêu để làm nước sốt.

d) Xếp các loại rau trộn xa lát, dưa chuột thái lát và hành đỏ thái lát mỏng lên đĩa phục vụ.

e) Phủ phi lê cá hồi nướng và lát chanh lên trên.

f) Rưới nước sốt lên món xa lát. Phục vụ ngay lập tức.

78.Xa lát Ca mổ tôm nướng

THÀNH PHẦN:

- 1 lb tôm lớn, bóc vỏ và bỏ chỉ
- 6 chén rau diếp romaine xắt nhỏ
- 1/2 cốc bánh mì nướng
- 1/4 chén phô mai Parmesan bào
- đồng phục Ca mổ
- Muối và hạt tiêu cho vừa ăn

HƯỚNG DẪN:

a) Làm nóng lò nướng ở nhiệt độ trung bình cao. Xiên tôm vào xiên rồi nêm muối, tiêu.

b) Nướng xiên tôm trong 2-3 phút mỗi mặt hoặc cho đến khi tôm có màu hồng và đục.

c) Trong một tô lớn, trộn rau diếp romaine cắt nhỏ với nước sốt Ca mổ cho đến khi phủ đều.

d) Chia rau diếp đã trộn vào các đĩa phục vụ. Phủ tôm nướng, bánh mì nướng và phô mai Parmesan bào lên trên.

e) Dùng ngay như món xa lát Ca mổ tôm nướng đầy hương vị và thỏa mãn.

79.Xa lát sò điệp nướng và bơ

THÀNH PHẦN:

- 1 lb sò điệp, rửa sạch và lau khô
- 6 chén xa lát trộn rau xanh
- 1 quả bơ, thái lát
- 1/4 chén hành đỏ thái lát
- 1/4 chén ngò tươi xắt nhỏ
- Nước ép của 2 quả chanh
- 2 muỗng canh dầu ô liu
- Muối và hạt tiêu cho vừa ăn

HƯỚNG DẪN:

a) Làm nóng lò nướng ở nhiệt độ trung bình cao. Nêm sò điệp với muối và hạt tiêu.

b) Nướng sò điệp trong 2-3 phút mỗi mặt hoặc cho đến khi chín và có màu đục.

c) Trong một bát nhỏ, trộn đều nước cốt chanh, dầu ô liu, muối và hạt tiêu để làm nước sốt.

d) Sắp xếp các loại rau trộn xa lát vào đĩa phục vụ. Đặt sò điệp nướng, bơ cắt lát, hành đỏ thái lát và ngò tươi xắt nhỏ lên trên.

e) Rưới nước sốt lên món xa lát. Phục vụ ngay lập tức.

80.Cá kiếm nướng và Xa lát Địa Trung Hải

THÀNH PHẦN:

- 2 miếng bít tết cá kiếm
- 6 chén xa lát trộn rau xanh
- 1 cốc cà chua bi, giảm một nửa
- 1/2 quả dưa chuột Anh, thái lát
- 1/4 chén hành đỏ thái lát
- 1/4 chén ô liu Kalamata, bỏ hạt
- 1/4 chén phô mai feta vụn
- Đối với việc thay đồ:
- 1/4 chén dầu ô liu nguyên chất
- 2 muỗng canh giấm rượu vang đỏ
- 1 thìa cà phê lá oregano khô
- Muối và hạt tiêu cho vừa ăn

HƯỚNG DẪN:

a) Làm nóng lò nướng ở nhiệt độ trung bình cao. Nêm bít tết cá kiếm với muối và hạt tiêu.

b) Nướng bít tết cá kiếm trong 4-5 phút mỗi mặt hoặc cho đến khi chín đều và có màu đục.

c) Trong một bát nhỏ, trộn dầu ô liu nguyên chất, giấm rượu vang đỏ, lá oregano khô, muối và hạt tiêu để làm nước sốt.

d) Xếp các loại rau trộn xa lát, cà chua bi cắt đôi, dưa chuột thái lát, hành tím thái lát và ô liu Kalamata lên đĩa phục vụ.

e) Phủ lên trên món bít-tết cá kiếm nướng và phô mai feta vụn.

f) Rưới nước sốt lên món xa lát. Phục vụ ngay lập tức.

81.Xa lát cá ngừ nướng với Nước xốt xoài

THÀNH PHẦN:

- 2 miếng cá ngừ nướng
- 6 chén xa lát trộn rau xanh
- 1 quả xoài, gọt vỏ, bỏ hạt và thái hạt lựu
- 1/2 quả ớt chuông đỏ, thái hạt lựu
- 1/4 chén hành đỏ thái hạt lựu
- 2 muỗng canh rau mùi tươi xắt nhỏ
- Nước ép 1 quả chanh
- 1 muỗng canh dầu ô liu
- Muối và hạt tiêu cho vừa ăn

HƯỚNG DẪN:

a) Làm nóng lò nướng ở nhiệt độ trung bình cao. Nêm bít tết cá ngừ với muối và hạt tiêu.

b) Nướng bít tết cá ngừ trong 2-3 phút mỗi mặt hoặc cho đến khi chín bên ngoài nhưng vẫn còn màu hồng ở giữa.

c) Trong tô, trộn xoài thái hạt lựu, ớt chuông đỏ thái hạt lựu, hành tím thái hạt lựu, ngò tươi cắt nhỏ, nước cốt chanh, dầu ô liu, muối và tiêu để làm món nước xốt.

d) Sắp xếp các loại rau trộn xa lát vào đĩa phục vụ. Top với bít tết cá ngừ nướng và nước xốt xoài.

e) Dùng ngay, trang trí thêm rau mùi nếu muốn.

82.Xa lát cá bơn nướng với nước sốt cam quýt

THÀNH PHẦN:

- 2 phi lê cá bơn
- 6 chén xa lát trộn rau xanh
- 1 quả cam, gọt vỏ và cắt múi
- 1 quả bưởi, gọt vỏ và cắt múi
- 1/4 chén hạnh nhân cắt lát, nướng
- Đối với nước sốt cam quýt:
- Nước ép của 1 quả chanh
- Nước ép 1 quả chanh
- 2 thìa mật ong
- 1/4 chén dầu ô liu nguyên chất
- Muối và hạt tiêu cho vừa ăn

HƯỚNG DẪN:

a) Làm nóng lò nướng ở nhiệt độ trung bình cao. Nêm phi lê cá bơn với muối và hạt tiêu.

b) Nướng phi lê cá bơn trong 3-4 phút mỗi mặt hoặc cho đến khi chín và bong ra.

c) Trong một bát nhỏ, trộn nước cốt chanh, nước cốt chanh, mật ong, dầu ô liu nguyên chất, muối và hạt tiêu để làm nước sốt cam quýt.

d) Sắp xếp các loại rau trộn xa lát vào đĩa phục vụ. Phủ phi lê cá bơn nướng, múi cam, múi bưởi và hạnh nhân cắt lát nướng lên trên.

e) Rưới nước sốt cam quýt lên món xa lát. Phục vụ ngay lập tức.

83.Xa lát Hải Sản Nướng

THÀNH PHẦN:

- 1 lb hải sản hỗn hợp (tôm, sò điệp, mực), làm sạch
- 6 chén xa lát trộn rau xanh
- 1/2 quả dưa chuột, thái hạt lựu
- 1 củ cà rốt, thái hạt lựu
- 1/4 chén đậu phộng xắt nhỏ, nướng

ĐỐI VỚI MÓN ĐẬU ĐẠI THÁI:

- 1/4 cốc bơ đậu phộng dạng kem
- 2 muỗng canh nước tương
- 2 muỗng canh giấm gạo
- 1 thìa mật ong
- 1 muỗng canh nước cốt chanh
- 1 tép tỏi, băm nhỏ
- 1 thìa cà phê gừng xay
- 1/4 cốc nước (hoặc nhiều hơn nếu cần)
- Muối và hạt tiêu cho vừa ăn

HƯỚNG DẪN:

a) Làm nóng lò nướng ở nhiệt độ trung bình cao. Nêm hải sản trộn với muối và hạt tiêu.
b) Nướng hỗn hợp hải sản trong 2-3 phút mỗi mặt hoặc cho đến khi chín đều.
c) Trong máy xay sinh tố hoặc máy chế biến thực phẩm, trộn kem bơ đậu phộng, nước tương, giấm gạo, mật ong, nước cốt chanh, tỏi băm, gừng xay, nước, muối và hạt tiêu. Trộn cho đến khi mịn, thêm nhiều nước hơn nếu cần để đạt được độ đặc mong muốn.
d) Xếp các loại rau trộn xa lát, dưa chuột thái sợi và cà rốt thái sợi lên đĩa phục vụ. Phủ hải sản nướng và đậu phộng cắt nhỏ lên trên.
e) Rưới nước sốt đậu phộng kiểu Thái lên món xa lát. Phục vụ ngay lập tức.

PHÔ MAI NƯỚNG VÀ XA LÁT SỮA

84.Xa lát Halloumi nướng với rau củ

THÀNH PHẦN:

- 1 khối phô mai halloumi, thái lát
- 2 quả ớt chuông (đỏ và vàng), thái lát
- 1 quả bí xanh, thái lát
- 1 củ hành đỏ, thái lát
- 2 muỗng canh dầu ô liu
- Muối và hạt tiêu cho vừa ăn
- Xa lát rau trộn
- Cà chua bi, giảm một nửa
- Ô liu Kalamata, bỏ hạt
- Men balsamic, dùng để tạo mưa phùn

HƯỚNG DẪN:

a) Làm nóng lò nướng ở nhiệt độ trung bình cao. Quét các lát phô mai halloumi, ớt chuông, bí xanh và hành tím với dầu ô liu. Nêm với muối và hạt tiêu.
b) Nướng các lát phô mai halloumi và rau củ trong 3-4 phút mỗi mặt hoặc cho đến khi vết nướng xuất hiện và rau củ mềm.
c) Xếp rau trộn xa lát, cà chua bi và ô liu Kalamata lên đĩa phục vụ.
d) Phủ các lát phô mai halloumi nướng và rau củ lên trên món xa lát.
e) Rưới men balsamic trước khi dùng.

85.Xa lát đào nướng và Burrata

THÀNH PHẦN:

- 2 quả đào chín, cắt đôi và bỏ hạt
- 1 muỗng canh dầu ô liu
- 4 cốc rau arugula
- 1/4 chén hạt thông nướng
- 1/4 chén lá húng quế tươi
- 1 viên phô mai burrata
- Men balsamic, dùng để tạo mưa phùn
- Muối và hạt tiêu cho vừa ăn

HƯỚNG DẪN:

a) Làm nóng lò nướng ở nhiệt độ trung bình cao. Chải nửa quả đào với dầu ô liu.
b) Nướng nửa quả đào trong 2-3 phút mỗi mặt hoặc cho đến khi vết nướng xuất hiện và đào mềm.
c) Sắp xếp rau arugula trên đĩa phục vụ. Top với nửa quả đào nướng.
d) Xé viên phô mai burrata thành từng miếng và rải lên món xa lát.
e) Rắc hạt thông nướng và lá húng quế tươi.
f) Rắc men balsamic và nêm muối và hạt tiêu trước khi dùng.

86.Xa lát rau củ nướng và phô mai Feta

THÀNH PHẦN:

- Các loại rau (như ớt chuông, bí xanh, cà tím), thái lát
- 2 muỗng canh dầu ô liu
- Muối và hạt tiêu cho vừa ăn
- Xa lát rau trộn
- 1/2 chén phô mai feta vụn
- Nước sốt chanh

HƯỚNG DẪN:

a) Làm nóng lò nướng ở nhiệt độ trung bình cao. Quét rau thái lát với dầu ô liu và nêm muối và hạt tiêu.
b) Nướng rau trong 3-4 phút mỗi mặt hoặc cho đến khi mềm và cháy nhẹ.
c) Sắp xếp các loại rau trộn xa lát trên đĩa phục vụ. Top với rau nướng.
d) Rắc phô mai feta vụn lên món xa lát.
e) Rưới nước sốt chanh lên trước khi dùng.

87.Paneer nướng và xa lát xoài

THÀNH PHẦN:

- 1 khối phô mai paneer, cắt thành khối
- 1 quả xoài chín, gọt vỏ và thái hạt lựu
- 2 chén lá rau bina non
- 1/4 chén ngò tươi xắt nhỏ
- 2 muỗng canh dầu ô liu
- Nước ép 1 quả chanh
- Muối và hạt tiêu cho vừa ăn

HƯỚNG DẪN:

a) Làm nóng lò nướng ở nhiệt độ trung bình cao. Xiên các khối vuông vào xiên.

b) Nướng xiên que trong 3-4 phút mỗi mặt, hoặc cho đến khi vết nướng xuất hiện và miếng bánh đã được làm nóng.

c) Trong một tô lớn, trộn xoài thái hạt lựu, lá rau bina non và ngò tươi cắt nhỏ.

d) Rưới dầu ô liu và nước cốt chanh. Nêm muối và hạt tiêu rồi trộn đều.

e) Xếp các khối bánh nướng lên trên món xa lát trước khi dùng.

88.Xa lát dê nướng phô mai và củ cải đường

THÀNH PHẦN:

- 4 củ cải cỡ vừa, nấu chín và thái lát
- 4 ounce phô mai dê, cắt thành từng viên tròn
- Xa lát rau trộn
- 1/4 chén quả óc chó cắt nhỏ, nướng
- Men balsamic, dùng để tạo mưa phùn
- Muối và hạt tiêu cho vừa ăn

HƯỚNG DẪN:

a) Làm nóng lò nướng ở nhiệt độ trung bình cao. Quét nhẹ phô mai dê bằng dầu ô liu.

b) Nướng từng khoanh phô mai dê trong 1-2 phút mỗi mặt hoặc cho đến khi xuất hiện các vết nướng và vàng nhạt.

c) Sắp xếp các loại rau trộn xa lát vào đĩa phục vụ. Phủ củ cải nấu chín thái lát và phô mai dê nướng lên trên.

d) Rắc quả óc chó nướng cắt nhỏ và rưới men balsamic.

e) Nêm muối và hạt tiêu cho vừa ăn trước khi ăn.

89.Xa lát phô mai xanh và lê nướng

THÀNH PHẦN:

- 2 quả lê chín, cắt đôi và bỏ lõi
- 4 ounce phô mai xanh, vỡ vụn
- Xa lát rau trộn
- 1/4 chén hồ đào xắt nhỏ, nướng
- Em yêu, để có mưa phùn
- Muối và hạt tiêu cho vừa ăn

HƯỚNG DẪN:

a) Làm nóng lò nướng ở nhiệt độ trung bình cao. Chải nhẹ nửa quả lê với dầu ô liu.

b) Nướng nửa quả lê trong 3-4 phút mỗi mặt hoặc cho đến khi vết nướng xuất hiện và lê mềm.

c) Sắp xếp các loại rau trộn xa lát vào đĩa phục vụ. Phủ nửa quả lê nướng và phô mai xanh vụn lên trên.

d) Rắc hồ đào nướng cắt nhỏ và rưới mật ong.

e) Nêm muối và hạt tiêu cho vừa ăn trước khi ăn.

90.Xa lát Ricotta nướng và cà chua

THÀNH PHẦN:

- 8 ounce phô mai ricotta
- 2 quả cà chua lớn, thái lát
- 2 muỗng canh dầu ô liu
- Lá húng quế tươi
- Men balsamic, dùng để tạo mưa phùn
- Muối và hạt tiêu cho vừa ăn

HƯỚNG DẪN:

a) Làm nóng lò nướng ở nhiệt độ trung bình cao. Quét dầu ô liu lên các lát cà chua và nêm muối và hạt tiêu.

b) Nướng các lát cà chua trong 2-3 phút mỗi mặt hoặc cho đến khi chín nhẹ và mềm.

c) Nướng phô mai ricotta trong 2-3 phút mỗi mặt, hoặc cho đến khi vết nướng xuất hiện và phô mai được hâm nóng.

d) Xếp các lát cà chua nướng và phô mai ricotta lên đĩa phục vụ.

e) Trang trí với lá húng quế tươi và rưới men balsamic.

f) Nêm muối và hạt tiêu cho vừa ăn trước khi ăn.

91.Xa lát phô mai Mozzarella nướng và cà tím

THÀNH PHẦN:

- 1 quả cà tím lớn, thái lát
- 8 ounce phô mai mozzarella tươi, thái lát
- Xa lát rau trộn
- Cà chua bi, giảm một nửa
- Men balsamic, dùng để tạo mưa phùn
- Lá húng quế tươi
- Muối và hạt tiêu cho vừa ăn

HƯỚNG DẪN:

a) Làm nóng lò nướng ở nhiệt độ trung bình cao. Quét nhẹ các lát cà tím với dầu ô liu rồi nêm muối và tiêu.
b) Nướng các lát cà tím trong 3-4 phút mỗi mặt hoặc cho đến khi xuất hiện vết nướng và mềm.
c) Nướng các lát mozzarella tươi trong 1-2 phút mỗi mặt hoặc cho đến khi xuất hiện các vết nướng và vàng nhạt.
d) Sắp xếp các loại rau trộn xa lát vào đĩa phục vụ. Phủ các lát cà tím nướng và các lát mozzarella nướng lên trên.
e) Thêm nửa quả cà chua bi và lá húng quế tươi.
f) Rắc men balsamic và nêm muối và hạt tiêu trước khi dùng.

ĐẬU HỦ NƯỚNG VÀ XA LÁT CHAY

92.Gỏi Húng Quế Nướng

THÀNH PHẦN:

- ⅓ chén húng quế tươi thái nhỏ
- 2 muỗng canh mù tạt dijon cay
- 1 muỗng canh mật ong, xi-rô cây phong hoặc cây thùa nếu bạn là người ăn chay
- 1-2 thìa cà phê vỏ chanh bào sợi
- ¼ cốc nước cốt chanh tươi, nước cốt của khoảng 2 quả chanh
- 1 muỗng canh dầu ô liu
- ½ muỗng cà phê muối biển
- ¼ thìa cà phê tiêu đen mới xay
- 3 tép tỏi, băm nhỏ
- 1 pound đậu phụ cứng, để ráo nước và ép
- xa lát rau xanh và rau tươi

HƯỚNG DẪN:

a) Kết hợp tất cả các thành phần ngoại trừ đậu phụ trong một bát nhỏ. Cắt đậu phụ theo chiều ngang thành 6 lát. Đặt các lát đậu phụ vào hộp đựng nước xốt và để yên trong ít nhất một giờ.

b) Chuẩn bị nướng.

c) Lấy các lát đậu phụ ra khỏi nước xốt, đảm bảo để lại phần nước xốt tiếp cận trong hộp đựng.

d) Đặt các lát đậu phụ lên giá nướng có phủ xịt nấu ăn; nướng trong 3-5 phút mỗi bên.

e) Phục vụ đậu phụ trên một lớp rau xanh và các loại rau khác. Rưới thêm nước xốt lên đậu phụ để dùng làm nước sốt và thưởng thức.

93.Xa lát đậu phụ nướng và rau diêm mạch

THÀNH PHẦN:

- 1 khối đậu hủ cứng, ép và thái lát
- 2 quả ớt chuông (đỏ và vàng), thái lát
- 1 quả bí xanh, thái lát
- 1 cốc cà chua bi
- 1 cốc quinoa nấu chín
- Xa lát rau trộn
- 2 muỗng canh dầu ô liu
- Muối và hạt tiêu cho vừa ăn
- Sốt chanh tahini

HƯỚNG DẪN:

a) Làm nóng lò nướng ở nhiệt độ trung bình cao. Quét các lát đậu phụ, ớt chuông, bí xanh và cà chua bi với dầu ô liu. Nêm với muối và hạt tiêu.
b) Nướng các lát đậu phụ và rau trong 3-4 phút mỗi mặt hoặc cho đến khi vết nướng xuất hiện và rau mềm.
c) Trong một tô lớn, trộn quinoa nấu chín và rau trộn xa lát.
d) Đặt các lát đậu phụ nướng và rau củ lên trên.
e) Rưới nước sốt chanh-tahini trước khi dùng.

94.Nấm Portobello và Xa lát Halloumi

THÀNH PHẦN:

- 4 mũ nấm portobello
- 1 khối phô mai halloumi, thái lát
- 4 cốc rau arugula
- 1/4 cốc cà chua phơi nắng, cắt nhỏ
- 1/4 chén hạt thông nướng
- Men balsamic, dùng để tạo mưa phùn
- Muối và hạt tiêu cho vừa ăn

HƯỚNG DẪN:

a) Làm nóng lò nướng ở nhiệt độ trung bình cao. Quét dầu ô liu lên mũ nấm portobello và các lát phô mai halloumi. Nêm với muối và hạt tiêu.

b) Nướng mũ nấm portobello và lát phô mai halloumi trong 3-4 phút mỗi mặt hoặc cho đến khi vết nướng xuất hiện và nấm mềm.

c) Sắp xếp rau arugula trên đĩa phục vụ. Phủ nấm portobello nướng và lát phô mai halloumi lên trên.

d) Rắc cà chua phơi nắng cắt nhỏ và hạt thông nướng.

e) Rưới men balsamic trước khi dùng.

95.Xa lát rau nướng và couscous với Đậu hũ

THÀNH PHẦN:

- 1 khối đậu hủ cứng, ép và thái lát
- Các loại rau (như ớt chuông, cà tím, bí xanh), thái lát
- 1 chén couscous nấu chín
- Xa lát rau trộn
- 2 muỗng canh dầu ô liu
- 2 muỗng canh giấm balsamic
- 1 tép tỏi, băm nhỏ
- Muối và hạt tiêu cho vừa ăn

HƯỚNG DẪN:

a) Làm nóng lò nướng ở nhiệt độ trung bình cao. Quét các lát đậu phụ và các loại rau củ với dầu ô liu. Nêm với muối và hạt tiêu.

b) Nướng các lát đậu phụ và rau trong 3-4 phút mỗi mặt hoặc cho đến khi vết nướng xuất hiện và rau mềm.

c) Trong một tô lớn, kết hợp couscous nấu chín và rau trộn xa lát.

d) Đặt các lát đậu phụ nướng và rau củ lên trên.

e) Trong một bát nhỏ, trộn đều dầu ô liu, giấm balsamic, tỏi băm, muối và tiêu để làm nước sốt. Rưới lên món xa lát trước khi dùng.

96.Xa lát đậu phụ nướng và bơ

THÀNH PHẦN:

- 1 khối đậu hủ cứng, ép và thái lát
- 2 quả bơ, thái lát
- 4 chén xa lát trộn rau xanh
- 1/4 chén hạnh nhân cắt lát, nướng
- 2 muỗng canh rau mùi tươi xắt nhỏ
- Nước ép của 1 quả cam
- Nước ép 1 quả chanh
- 2 muỗng canh dầu ô liu
- 1 thìa cà phê mật ong
- Muối và hạt tiêu cho vừa ăn

HƯỚNG DẪN:

a) Làm nóng lò nướng ở nhiệt độ trung bình cao. Quét các lát đậu phụ với dầu ô liu. Nêm với muối và hạt tiêu.

b) Nướng các lát đậu phụ trong 3-4 phút mỗi mặt hoặc cho đến khi vết nướng xuất hiện và đậu phụ được hâm nóng.

c) Sắp xếp các loại rau trộn xa lát trên đĩa phục vụ. Phủ các lát đậu phụ nướng và bơ cắt lát lên trên.

d) Rắc hạnh nhân cắt lát nướng và ngò tươi cắt nhỏ.

e) Trong một bát nhỏ, trộn đều nước cam, nước cốt chanh, dầu ô liu, mật ong, muối và hạt tiêu để làm nước sốt. Rưới lên món xa lát trước khi dùng.

97.Xa lát chay và đậu phụ với sốt Miso

THÀNH PHẦN:

- 1 khối đậu hủ cứng, ép và thái lát
- Các loại rau (như ớt chuông, cà tím, nấm), thái lát
- 4 chén xa lát trộn rau xanh
- 2 muỗng canh dầu mè
- Muối và hạt tiêu cho vừa ăn

ĐỐI VỚI MISO MISO:

- 2 muỗng canh miso trắng
- 2 muỗng canh giấm gạo
- 1 muỗng canh nước tương
- 1 thìa mật ong
- 1 muỗng canh dầu mè
- 1 tép tỏi, băm nhỏ
- Nước, khi cần thiết

HƯỚNG DẪN:

a) Làm nóng lò nướng ở nhiệt độ trung bình cao. Quét dầu mè lên các lát đậu phụ và các loại rau. Nêm với muối và hạt tiêu.

b) Nướng các lát đậu phụ và rau trong 3-4 phút mỗi mặt hoặc cho đến khi vết nướng xuất hiện và rau mềm.

c) Sắp xếp các loại rau trộn xa lát trên đĩa phục vụ. Đặt các lát đậu phụ nướng và rau củ lên trên.

d) Trong một bát nhỏ, trộn đều bột miso trắng, giấm gạo, nước tương, mật ong, dầu mè và tỏi băm để làm nước sốt miso. Pha loãng với nước khi cần thiết để đạt được độ đặc mong muốn. Rưới lên món xa lát trước khi dùng.

98.Xa lát Halloumi nướng và dưa hấu

THÀNH PHẦN:

- 1 khối phô mai halloumi, thái lát
- 4 cốc dưa hấu cắt hạt lựu
- 4 cốc rau arugula
- 1/4 chén lá bạc hà tươi, xắt nhỏ
- 2 muỗng canh dầu ô liu
- Nước ép 1 quả chanh
- Muối và hạt tiêu cho vừa ăn

HƯỚNG DẪN:

a) Làm nóng lò nướng ở nhiệt độ trung bình cao. Nướng các lát phô mai halloumi trong 2-3 phút mỗi mặt hoặc cho đến khi vết nướng xuất hiện.

b) Trong một tô lớn, trộn dưa hấu cắt khối, rau arugula và lá bạc hà tươi cắt nhỏ.

c) Rưới dầu ô liu và nước cốt chanh. Nêm muối và hạt tiêu rồi trộn đều.

d) Xếp các lát phô mai halloumi nướng lên trên món xa lát trước khi dùng.

99.Đậu phụ nướng và xa lát rau mùa hè

THÀNH PHẦN:

- 1 khối đậu hủ cứng, ép và thái lát
- Các loại rau mùa hè (như cà chua bi, ngô, ớt chuông), cắt đôi hoặc thái lát
- 4 chén xa lát trộn rau xanh
- 1/4 chén lá húng quế tươi, xắt nhỏ
- 2 muỗng canh giấm balsamic
- 1/4 chén dầu ô liu
- Muối và hạt tiêu cho vừa ăn

HƯỚNG DẪN:

a) Làm nóng lò nướng ở nhiệt độ trung bình cao. Chải các lát đậu phụ và rau mùa hè với dầu ô liu. Nêm với muối và hạt tiêu.
b) Nướng các lát đậu phụ và rau trong 3-4 phút mỗi mặt hoặc cho đến khi vết nướng xuất hiện và rau mềm.
c) Trong một tô lớn, trộn rau trộn xa lát và lá húng quế tươi xắt nhỏ.
d) Rắc giấm balsamic và dầu ô liu. Nêm muối và hạt tiêu rồi trộn đều.
e) Xếp các lát đậu phụ nướng và rau mùa hè lên trên món xa lát trước khi dùng.

100.Xa lát rau củ nướng và phô mai dê

THÀNH PHẦN:

- Các loại rau (như bí xanh, cà tím, cà chua bi), thái lát
- 4 oz phô mai dê, vụn
- 4 chén xa lát trộn rau xanh
- 2 muỗng canh dầu ô liu
- Men balsamic, dùng để tạo mưa phùn
- Muối và hạt tiêu cho vừa ăn

HƯỚNG DẪN:

a) Làm nóng lò nướng ở nhiệt độ trung bình cao. Chải các loại rau với dầu ô liu. Nêm với muối và hạt tiêu.

b) Nướng rau trong 3-4 phút mỗi mặt hoặc cho đến khi vết nướng xuất hiện và rau mềm.

c) Trong một tô lớn, kết hợp rau trộn xa lát và rau nướng.

d) Phủ phô mai dê vụn lên trên và rưới men balsamic lên trên trước khi dùng.

PHẦN KẾT LUẬN

" Món Xa Lát Nướng Đẹp Nhất " được coi là một tác phẩm mang tính đột phá, xác định lại ranh giới của việc nướng và thách thức nhận thức của chúng ta về món xa lát có thể là gì. Đó là sự tôn vinh hương vị, minh chứng cho sức mạnh của lửa và tôn vinh vẻ đẹp của rau xanh dưới vô số hình dạng của chúng. Thông qua các công thức nấu ăn sáng tạo, hướng dẫn chi tiết và sự ủng hộ nhiệt tình đối với rau xanh nướng, cuốn sách này mời độc giả thắp sáng món nướng của họ và bắt tay vào một cuộc phiêu lưu ẩm thực hứa hẹn sẽ thay đổi cách tiếp cận của họ đối với việc làm món xa lát.

Việc nắm bắt các kỹ thuật và công thức nấu ăn trong những trang này sẽ không chỉ mở rộng kho tàng ẩm thực của một người mà còn nâng cao sự đánh giá cao của một người đối với niềm vui đơn giản nhưng sâu sắc của một món xa lát nướng ngon.

Cuối cùng, " Món Xa Lát Nướng Đẹp Nhất " không chỉ là một cuốn sách dạy nấu ăn—nó là cửa ngõ dẫn vào một thế giới nơi rau xanh chiếm vị trí trung tâm, chứng minh rằng với một chút sáng tạo và cảm giác biến đổi của lửa, xa lát thực sự có thể trở thành món ăn tuyệt đỉnh.

www.ingramcontent.com/pod-product-compliance
Lightning Source LLC
LaVergne TN
LVHW010922061026
849535LV00007B/2183
* 9 7 8 1 8 3 6 2 3 5 9 6 5 *